மரேய் என்னும் குடியானவன்

மரேய் என்னும் குடியானவன்

தமிழில் :
எம்.ஏ. சுசீலா

நற்றிணை பதிப்பகம்

மரேய் என்னும் குடியானவன் * சிறுகதைகள் * தமிழில் : எம்.ஏ. சுசீலா * மொழிபெயர்ப்பு உரிமை : எம்.ஏ. சுசீலா * முதல் பதிப்பு: டிசம்பர் 2021 * வெளியீடு: நற்றிணை பதிப்பகம் (பி) லிமிடெட் * எண்: 136, தரைத்தளம், சோழன் தெரு, ஆழ்வார் திருநகர், சென்னை – 600 087.
* மின்னஞ்சல்   : natrinaipathippagam@gmail.com
* தொலைபேசி : *044-4273 2141*

விற்பனை அலுவலகம்:
எண். 82, மல்லன் பொன்னப்பன் தெரு,
திருவல்லிக்கேணி, சென்னை – 600 005.
போன் : *044-2848 1725*

* அச்சாக்கம்: சாய் தென்றல் பிரிண்டர்ஸ், சென்னை-600 005.

உலகக் கதைசொல்லிகள்

பெருந்தொற்றுக்காலம் தொடர்ந்து கொண்டே சென்ற சலிப்பான காலகட்டத்தில், உலகின் சிறந்த கதைசொல்லிகள் உருவாக்கியிருக்கும் செவ்வியல் சிறுகதைகளில் கவனம் செல்ல, அவற்றுள் ஒரு சில, வாசித்துக் கொண்டு செல்லும்போதே மொழியாக்கம் செய்யும் உந்துதலையும் அளித்தன. குறிப்பாக டால்ஸ்டாயின் 'என் கனவு', செக்காவின் 'களிப்பு' போன்ற கதைகள். இக்கதைகள் வாசிப்பையும் மொழியாக்கத்தையும் இணையாக ஒரே மூச்சில் செய்வதற்கான தூண்டுதலையும் அளித்தன. அவ்வாறு உருவானவையே இந்தத் தொகுப்பில் இடம் பெற்றிருக்கும் பல மொழியாக்கச் சிறுகதைகள்.

ஓவர்கோட்டை நான் மொழியாக்கம் செய்ததற்கு அடிப்படைக் காரணம், அதை நான் செய்தே தீர வேண்டும் என்று நண்பர் யுகன் விடுத்த அன்புக்கட்டளை. "ரஷ்ய எழுத்தாளர்களாகிய நாங்கள் வெளிப்பட்டதே, கோகலின் இந்தக் கதையில் இருந்துதான்" என்று யதார்த்தவாத ரஷ்ய எழுத்தாளர்கள் பலரும், "ரஷ்ய மொழியில் எழுதப்பட்டிருக்கும் மிகச் சிறந்த சிறுகதை" என்று நபக்கோவும் குறிப்பிட்டுப் பாராட்டும் சிரஞ்சீவித்தன்மை பெற்ற இந்தப் படைப்பை இன்றைய தமிழுக்குக் கொண்டுவந்து சேர்க்க என்னை ஊக்கப்படுத்திய யுகன் அவர்களுக்கு என் உளமார்ந்த நன்றி.

உலக இலக்கியத்தின் தலைசிறந்த படைப்பாளியாகிய ஃபியதோர் தஸ்தயெவ்ஸ்கியின் 200 ஆவது பிறந்த நாள் உலகெங்கும் உள்ள இலக்கிய ஆர்வலர்களால் கோலாகலமாகக் கொண்டாடப்படும் இவ்வேளையில் அவரது மகத்தான சிறுகதைகளில் ஒன்றான 'மரேய் என்னும் குடியானவன்' என்ற தலைப்பைத் தாங்கியபடி இந்தச் சிறுகதைத் தொகுப்பு வெளிவருவது எனக்கு மகிழ்ச்சியும் நிறைவும் அளிக்கிறது.

உலக இலக்கிய வாசிப்பில் ஆர்வம் கொண்டோர் எளிதில் அணுகும் வண்ணம் ஒரு மொழிபெயர்ப்புச் சிறுகதைத் தொகுப்பை நூலாக்கி வெளியிடும் நண்பர் யுகன் அவர்களுக்கும், நற்றிணை பதிப்பகத்தார்க்கும் என் மனமார்ந்த நன்றி.

எம்.ஏ. சுசீலா
24/12/2021

பொருளடக்கம்

கிறிஸ்துமஸ் சமயத்தில் 9
ஆண்டன் செக்காவ்

லிஃப்ட்டுக்குள் 18
கூனோ டீகோ

விதியை நம்புபவன் 23
ஐஸக் பேஷவிஸ் சிங்கர்

மரேய் என்னும் குடியானவன் 33
ஃபியதோர் தஸ்தயெவ்ஸ்கி

கடவுளின் கிறிஸ்துமஸ் மரம் 43
ஃபியதோர் தஸ்தயெவ்ஸ்கி

என் கனவு 51
டால்ஸ்டாய்

ஓவர்கோட் 73
நிகோலாய் கோகல்

களிப்பு 121
ஆண்டன் செக்காவ்

வேலை, மரணம், நோய் ஒரு பழம்புராணம் 125
லியோ டால்ஸ்டாய்

கிறிஸ்துமஸ் சமயத்தில்

ஆண்டன் செக்காவ்

1

பேனாவை மைக்கூட்டுக்குள் நனைத்துக் கொண்டே "என்ன எழுதணும்?" என்று கேட்டான் யெகர்.

வஸிலிஸா தன் மகளை நேரில் பார்த்து நான்கு வருடங்களாகி இருந்தன. திருமணம் முடிந்து பீட்டர்ஸ்பர்க் சென்றுவிட்ட அவளது பெண் யெஃபிமியா முதலில் இரண்டு கடிதங்கள் எழுதினாள். அதன் பிறகு ஏனோ அவர்களது வாழ்க்கையிலிருந்தே அவள் காணாமல் போய்விட்டது போலிருந்தது. அவளைப் பார்க்கவும் முடியவில்லை; அவளிடமிருந்து எந்தச் செய்தியும் இல்லை. அவள் உயிரோடு இருப்பதற்கான எந்த அறிகுறியும் இல்லை. காலை நேரங்களில் பசுவிடமிருந்து பால் கறந்து கொண்டிருக்கும் போதும், அடுப்பு மூட்டும்போதும், இரவில் அரைத்தூக்கம் கொள்ளும்போதும் எந்த நேரமானாலும் கிழவிக்கு ஓயாத ஒரே ஒரு சிந்தனை மட்டும்தான். 'மகள் யெஃபிமியாவுக்கு என்னதான் ஆகியிருக்கும் அவள் அங்கே உயிரோடுதான் இருக்கிறாளா' என்பதுதான் அது. அந்தத் தாய் ஒரு கடிதம் போட்டிருக்கலாம்; ஆனால் வயதான அந்தத் தகப்பனுக்கு எழுதத் தெரியாது. எழுதுவதற்கு அவர்களுக்கு யாருமே இல்லை.

ஆனால் இப்போதோ கிறிஸ்துமஸ் வேறு வந்து விட்டதால் வஸிலிஸாவால் அதற்கு மேலும் அதைப் பொறுத்துக்கொள்ள முடியாமல் யெகரைத் தேடி அவனிருந்த மதுக்கடைக்கே வந்து விட்டிருந்தாள். மதுக்கடை உள்ளிட்ட அந்தத் தங்கும் விடுதிக்குப் பொறுப்பாய் இருந்தவனுடைய மனைவியின் தம்பிதான் யெகர்.

இராணுவத்திலிருந்து திரும்பி வந்தது முதல் வேறெந்த வேலை வெட்டியும் இல்லாமல் மதுக்கடையே பழியாய்க்கிடந்து கொண்டிருந்தவன் யெகர். உரியபடி பணம் கொடுத்தால் கடிதங்களை நல்ல முறையில் அவன் எழுதித் தருவான் என்று எல்லோரும் பேசிக் கொள்வதைக் கேள்விப்பட்டதால் அந்தக் கடையிலிருந்த சமையல் காரியிடமும், வீட்டுக்காரியிடமும் அது பற்றிப் பேசி உறுதிப்படுத்திக் கொண்டு அவள் வந்திருந்தாள். அதற்கான கட்டணம் பதினைந்து கோபெக் என்று பேசி அதற்கு அவர்களும் ஒப்புக் கொண்டிருந் தார்கள்.

அதனால் இப்போது கிறிஸ்துமஸ் விடுமுறையின் இரண்டாவது நாளன்று, மதுக்கடையிலுள்ள சமையலறையில் அந்த வேலை நடந்து கொண்டிருந்தது. பேனாவைக் கையில் பிடித்தபடி மேஜையருகே உட்கார்ந்திருந்தான் யெகர். அவனுக்கு முன்னால் கவலையும் வருத்தமும் தோய்ந்த முகத்தோடு நின்று கொண்டிருந்தாள் வஸிலிஸா. மிகவும் மெலிந்த தோற்றமும் பழுப்பு நிற வழுக்கைத் தலையும் கொண்ட வயது முதிர்ந்த அவள் கணவன் பியோடர் அவளோடு கூட வந்திருந்தான். கண் தெரியாதவனைப் போல் வெறுமனே வெறித்துப் பார்த்துக் கொண்டிருந்தான் அவன். அடுப்பிலிருந்த சட்டியில் வறுபட்டுக் கொண்டிருந்த பன்றிக்கறி ஆவிபறக்கக் கொதித்தபோது எழுந்த ஓசை, 'ஃப்ளூ, ஃப்ளூ' என்று கத்துவது போலிருந்தது. அது பயங்கரச்சூடாக இருந்தது.

"நான் என்னதான் எழுத வேண்டும்?" என்று மீண்டும் ஒரு தரம் கேட்டான் யெகர்.

"ம்.. என்னது" என்று கேட்டபடி அவனைக் கோபத்தோடும் சந்தேகத்தோடும் பார்த்தாள் வஸிலிஸா.

"இதோ பாருங்கள் என்னைச் சங்கடப்படுத்த வேண்டாம். நீங்கள் ஒன்றும் ஓசியாக எழுதவில்லை. பயமே வேண்டாம், உங்களுக்கு என்ன பணம் உண்டோ அதைக் கொடுத்துவிடுவோம். சரி இப்படி எழுதுங்கள் 'எங்கள் அன்பு மருமகன் ஆண்ட்ரீ ஹ்ரிசான்ஃபிச்சுக்கும் எங்களது ஒரே பிரிய மகள் யெஃபிமியா பெட்ரோவ்னாவுக்கும் என்றென்றும் எங்கள் அன்பும் வந்தனமும் பெற்றோரான எங்கள் ஆசிகளும் உரித்தாகட்டும்.'

"ம்.. எழுதியாயிற்று, மேலே சொல்லுங்கள்"

"ம்.. அப்புறம் அவர்களுக்கு மகிழ்ச்சியோடு எங்கள் வாழ்த்து களைத் தெரிவிக்கிறோம். நாங்கள் உயிரோடுதான் இருக்கிறோம், நன்றாக இருக்கிறோம். நீங்களும் அப்படியே இருக்க வேண்டுமென்று ஆசைப்படுகிறோம். பரமண்டலத்தில் இருக்கும் தேவன் அதற்கு அருள் செய்யட்டும்."

குழம்பிப்போனது போல் கிழவரை ஒரு முறை பார்த்தாள் வஸிலிஸா.

"ம்.. நீங்களும் அப்படியே இருக்க வேண்டுமென்று ஆசைப் படுகிறோம். பரமண்டலத்தில் இருக்கும் தேவன் அதற்கு அருள் செய்யட்டும்' என்று அதையே திரும்பச் சொல்லியபடி அழத் தொடங்கினாள் அவள்.

அதற்கு மேல் அவளால் எதுவும் சொல்ல முடியவில்லை. இதற்கு முன்னாலும் எத்தனையோ இரவுகள் தூக்கமில்லாமல் இதே சிந்தனையாக இருந்த நேரங்களிலும் கூட டஜன் கடிதங்கள் எழுதினாலும் தான் சொல்ல நினைப்பதைத் தன்னால் முழுமையாகச் சொல்லி விட முடியாது என்றே அவளுக்குத் தோன்றியிருக்கிறது. மகளுக்குத் திருமணமாகி கணவனோடு சென்றபிறகு இன்றுவரை எத்தனையோ விஷயங்கள் நடந்து முடிந்து விட்டன. அந்த முதிய தம்பதியர் பிரிவின் வேதனையோடுதான் நாட்களைக் கழித்துக் கொண்டிருந்தனர். தங்கள் மகளைப் புதைத்து விட்டது போன்ற ஏக்கத்தோடு இரவு முழுவதும் நெடுமூச்செறிந்தபடி.

அவள் போன பிறகு, கிராமத்திலேயும் கூடத்தான் எத்தனை சம்பவங்கள் நடந்திருக்கின்றன? எத்தனை திருமணங்கள்? எவ்வளவு மரணங்கள்? எத்தனை நீண்டதொரு குளிர்காலம்? எவ்வளவு நீளமான ஒரு கோடைக்காலம்?

"வெப்பம் மிக அதிகம்" என்று தன் வெயிஸ்ட் கோட் பட்டனைக் கழற்றிக் கொண்டே சொன்னான் யெகர்.

"எழுபது டிகிரி கூட இருக்கலாம். சரி இன்னும் என்ன எழுத வேண்டும் சொல்லுங்கள்."

வயதான அந்தத் தம்பதியர் ஏதும் பேசாமல் அமைதியாக இருந்தனர்.

"ஆமாம் உங்கள் மருமகன் பீட்டர்ஸ்பர்க்கில் என்ன செய்து கொண்டிருக்கிறான்."

"அவர் ஒரு இராணுவ வீரராய் இருந்தவர் நண்பரே" என்று பலவீனமான குரலில் பதிலளித்தார் கிழவர்.

"இராணுவப்பணியிலிருந்து நீங்கள் விலகிய அதே சமயத்திலே தான் அவரும் அதிலிருந்து வெளியேறினார். அவரைப் பற்றி இன்னும் சொல்ல வேண்டுமென்றால் இப்போது பீட்டர்ஸ்பர்க்கில் ஒரு நீர்சிகிச்சை மருத்துவ மையத்தில் வேலை பார்க்கிறார். நோயாளி களைத் தண்ணீர் மூலம் குணப்படுத்தும் ஒரு டாக்டரிடம் வாயிற் காவலராய் வேலை பார்த்து வருகிறார் என்று நிச்சயமாய்த் தெரியும்."

தன் சட்டைப்பையிலிருந்து கடிதம் ஒன்றை எடுத்துக்காட்டிய கிழவி "இதோ, இதில் இருக்கிறது பாருங்கள் இது யெஃபிமியா விடமிருந்து எப்போதோ வந்த கடிதம். எப்போது வந்ததோ அது கடவுளுக்குத்தான் தெரியும். ம்.. இந்த உலகத்திலேயே அவர்கள் இருக்கிறார்களோ இல்லையோ."

சற்று நேரம் யோசித்து விட்டு வேகமாக எழுத ஆரம்பித்தான் யெகர்.

"இப்போது உங்கள் வாழ்க்கை இராணுவப்பணியோடு பிணைக்கப்பட்டிருப்பதால் போர் நடவடிக்கைகளுக்கான அலுவலகம் வகுத்திருக்கும் ஒழுங்கு விதிமுறைகள், மற்றும் அடிப்படைச் சட்டங்கள் பற்றி நீங்கள் அறிந்து கொள்வது நல்லதென உங்களுக்கு அறிவுறுத்த விரும்புகிறோம். இராணுவ அதிகாரிகள் கைக்கொள்ள வேண்டிய நாகரிக நடைமுறைகளையும் அந்தச் சட்டங்களிலிருந்தே நீங்கள் தெரிந்து கொள்ளலாம்"

தான் எழுதிய பகுதியை அவன் வாய்விட்டுச் சத்தமாய் வாசித்துக் கொண்டிருந்தபோது வஸிலிஸா தான் சொல்ல நினைத் ததையெல்லாம் யோசித்துக் கொண்டிருந்தாள்.

'போன வருடம் அவசியத் தேவைக்குக்கூடப் பணம் இல்லாமல் அவர்கள் எப்படித் தவித்துக் கொண்டிருந்தார்கள், அவர்கள் வைத் திருந்த சோளத்தை வைத்து கிறிஸ்துமஸ் வரை கூடத் தாக்குப் பிடிக்க முடியாமல் போனது எப்படி, அவர்கள் வைத்திருந்த பசுவை ஏன் விற்க வேண்டியதாயிற்று' என்பதையெல்லாம்.

அதோடு தங்களுக்குக் கொஞ்சம் பணம் வேண்டும் என்றும் நோயுற்றிருக்கும் அவளது வயதான தந்தை எப்படிக் கஷ்டப்படுகிறார் என்றும் அவர் சீக்கிரமே கடவுளிடம் போய்ச் சேர்ந்துவிடப் போகிறார் என்பதில் சந்தேகமே இல்லை என்பதையும் கூட ஆனால் இந்த விவரங்களையெல்லாம் வார்த்தையில் சொல்வது எப்படி? எதை முதலில் சொல்வது, எதை அடுத்ததாகச் சொல்லுவது?

"இதையும் நினைவில் வைத்துக்கொள்ளுங்கள்" என்றபடி தொடர்ந்து எழுதிக் கொண்டு போனான் யெகர்.

"இராணுவச் சட்டங்கள் பாகம் ஐந்தின்படி ஒரு இராணுவ வீரர் பொதுச்சொல்லாலும் குறிக்கப்படுகிறார், சிறப்புச் சொல்லாலும் குறிப்பிடப்படுகிறார். முதல் படிநிலையில் இருப்பவர் தளபதி, இறுதிப் படிநிலையில் இருப்பது தனிப்பட்ட..."

தன் உதடுகளை ஈரப்படுத்திக் கொண்டு மெதுவாக இப்படிச் சொன்னார் கிழவர்:

"பேரக்குழந்தைகளை ஒரு தரம் பார்க்க முடிந்தால் நன்றாக இருக்கும்."

"என்னது பேரக்குழந்தைகளா?" என்று வெடுக்கென்று கேட்ட முதியவள்.

"அப்படி யாருமே இல்லாமல் கூட இருக்கலாம்" என்று கோபமாய்ச் சொன்னாள்.

"ஒருவேளை அப்படி இருந்தாலும் இருக்கலாமே யாருக்குத் தெரியும்."

யெகர் வேகமாகத் தொடர்ந்து எழுதிக் கொண்டே போனான்.

"அதன்படி உள்ளே இருக்கும் எதிரி யார் அது இல்லாமல் இருக்கும் எதிரி யார் என்று நீங்களே எடை போட்டு விடலாம். நமக்குள்ளே இருக்கும் எதிரிகளிலெல்லாம் மிகப்பெரிய எதிரி 'பாக்கஸ்'தான்" (பாக்கஸ் என்பது ஒயின் வகை. மதுவின் ரோமானிய கடவுளைக் குறிப்பது.) மீன் தூண்டில்களைப் போல் தாளை உழுதபடி தனக்குத் தந்த வேலையை முடிக்கும் மதர்ப்போடு அவனது பேனா கிறீச்சிட்டுக் கொண்டிருந்தது.

யெகர் ஒவ்வொரு வரியையும் மிக வேகமாகப் பலமுறை படித்து முடித்தான். ஒரு ஸ்டூலில் உட்கார்ந்தபடி மேஜைக்கடியில் தன் கால்களை அகலப்பரப்பி வைத்துக் கொண்டிருந்தான் அவன். நல்ல ஊட்டத்தினால் கொழுத்துக்கிடந்த அவன் முகம் பண்படுத் தப்படாத ஒரு மிருகத்தின் முகத்தை ஒத்திருந்தது. அவனது சிவந்த கழுத்து காளைமாட்டின் கழுத்துப்போல் இருந்தது. மொத்தத்தில் அவனைப் பார்க்கவே அசிங்கமாய் அருவருப்பாய் இருந்தது.

நாகரிகமில்லாத காட்டுமிராண்டிபோலத் தோற்றமளித்த அவனுக்கு, தான் அந்த மதுக்கடையிலேயே பிறந்து வளர்ந்தவன் என்பதில் ஒரு பெருமையும் கூட இருந்தது. வஸிலிஸாவுக்கு அவனது அநாகரிக நடவடிக்கைகள் நன்றாகப் புரிந்தாலும் வாய்விட்டு ஏதும் சொல்ல முடியவில்லை; யெகரைக் கோபமாகவும் சந்தேகத் தோடும் பார்க்க மட்டுமே அவளால் முடிந்தது.

அவளுக்குத் தலை வலிக்கத் தொடங்கி இருந்தது; அவன் போட்ட சத்தத்திலும் அவன் பேசிய மூளையில்லாத வார்த்தை களைக் கேட்டதிலும், அங்கிருந்த வெம்மையிலும் புழுக்கத்திலும் அவள் எண்ணங்கள் பலவாறாகக் குழம்பிக் கொண்டிருந்தன. அவளால் அதற்கு மேல் எதையும் யோசிக்கவோ பேசவோ முடிய வில்லை. அவன் தாளில் கிறுக்கிக் கொண்டிருந்ததை முடிக்கும் வரை அவள் வெறுமனே காத்திருந்தாள். அவ்வளவுதான். ஆனால் அந்தக் கிழவரோ முழுமையான நம்பிக்கையோடு காணப்பட்டார். தன்னை அங்கே அழைத்து வந்த தன் வயதான மனைவியிடத்திலும் யெகர் மீதும் அவர் நம்பிக்கை வைத்திருந்தார். அதிலும் குறிப்பாக அந்த நீர் சிகிச்சை மையத்தைப்பற்றி அவர் குறிப்பிடும்போது அந்த

நிறுவனத்தின் மீதும், வியாதியைக் குணமாக்குமென்று சொல்லப்படும் தண்ணீரின் மீதும் அவர் உண்மையாகவே நம்பிக்கை வைத்திருந்தார் என்பது நன்றாகப் புலப்பட்டது.

கடிதத்தை எழுதி முடித்துத் தன் இடத்தை விட்டு எழுந்து கொண்ட யெகர் மறுபடியும் ஒருமுறை முதலிலிருந்து அதை வாய் விட்டுப் படித்தான். கிழவருக்கு எதுவும் புரியாவிட்டாலும் அதை நம்பும் பாவனையில் தலையை ஆட்டி ஆமோதித்தார்.

“போதும் சரியா இருக்கு, கடவுள் உங்களுக்கு நல்ல சுகத்தைத் தரட்டும், போதும் அவ்வளவு போதும்.”

மேஜை மீது ஐந்து கோபெக் மதிப்புள்ள மூன்று நாணயங்களை வைத்து விட்டு அவர்கள் மதுக்கடையிலிருந்து வெளியே வந்தார்கள். இந்தப் பக்கம் அந்தப் பக்கம் திரும்பாமல் பார்வை அற்றவர் போல நேர்ப்பார்வை பார்த்தபடி இருந்தார் முதியவர். அவர் முகம் பூரண நம்பிக்கையை வெளிப்படுத்திக் கொண்டிருந்தது.

ஆனால் வஸிலிஸாவோ அந்தக் கடையிலிருந்து வெளியே வந்தபோது எதிர்ப்பட்ட நாய் ஒன்றைக் கையால் விரட்டியபடி,

“சீ போ சனியன் பிடிச்ச பிசாசே” என்று கோபமாய்க் கத்தினாள்.

அன்று இரவு முழுவதும் அந்த முதியவள் உறங்கவில்லை. ஏதேதோ எண்ணங்கள் அவளைச் சஞ்சலத்துக்குள்ளாக்கியபடி இருந்தன. விடிந்ததும் எழுந்து பிரார்த்தனை செய்துவிட்டுக் கடிதத்தை அனுப்புவதற்காக ஸ்டேஷனை நோக்கிச் சென்றாள் அவள்.

அங்கிருந்து ஸ்டேஷன் ஏழெட்டு மைல் தொலைவில் இருந்தது.

2

டாக்டர் பி ‘ஓ’ மோஸல்வெய்ஸரின் நீர் சிகிச்சை மையத்தில் புத்தாண்டு தினத்தன்றும் பிற நாட்களைப் போலவே வேலை நடந்து கொண்டிருந்தது. மையத்தின் வாயிற்காவலனான ஆண்ட்ரீ ஹ்ரிசான்ஃபிச் மட்டும் புதிய பின்னல் வேலைப்பாடுகளுடன் கூடிய சீருடையில் இருந்தான். அவனது காலணிகள் கூடுதலாக பாலிஷ் செய்யப்பட்டு மின்னிக் கொண்டிருந்தன. எதிர்ப்படும் ஒவ் வொரு நபருக்கும் புத்தாண்டு வாழ்த்துச் சொல்லிக் கொண்டிருந்தான் அவன்.

அப்பொழுது காலை நேரம்; கதவருகே நின்றபடி செய்தித்தாள் படித்துக் கொண்டிருந்தான் ஆண்ட்ரீ ஹ்ரிசான்ஃபிச். சரியாகப் பத்து மணியானபோது வழக்கமாக அங்கே வரும் வாடிக்கையாளர்களில்

ஒருவரான ஜெனரல் ஒருவர் உள்ளே வந்தார்; அவரைத் தொடர்ந்து ஒரு போஸ்ட்மேனும்.

ஜெனரலின் மேல்கோட்டைக் கழற்ற உதவிக் கொண்டே

"மேன்மை தங்கிய தளபதி அவர்களுக்குப் புத்தாண்டு வாழ்த்துகள்" என்றான் ஆண்ட்ரீ ஹ்ரிசான்ஃபிச்.

"நன்றி நண்பரே உங்களுக்கும் என் வாழ்த்துகள்"

மாடிப்படியில் ஏறி மேலே போனபிறகு, அங்கிருந்த அறைக் கதவைச் சுட்டிக்காட்டி "அந்த அறையில் என்ன இருக்கிறது" என்று கேட்டார் ஜெனரல்.

(தினமும் அதே கேள்வியைக் கேட்பதும் அதை எப்போதும் மறந்து விடுவதும் அவருக்கு வாடிக்கை)

"அது மஸாஜ் செய்யும் அறை ஜெனரல்."

ஜெனரலின் காலடிச்சத்தம் தேய்ந்து மறைந்தபின் அன்று வந்திருந்த அஞ்சல்களைப் பார்த்த ஆண்ட்ரீ ஹ்ரிசான்ஃபிச் அதில் ஒன்று தன் பெயரிலும் வந்திருப்பதைப் பார்த்தான். அதைப் பிரித்துப் பார்த்து அதிலுள்ள பல வரிகளையும் படித்த பிறகு செய்தித் தாளைப் பார்த்துக் கொண்டே தன்னுடைய அறைக்கு மெல்ல நடந்து சென்றான். அவனது அறை மாடிப்படிக்குக் கீழுள்ள வழி நடையை ஒட்டினாற்போல் இருந்தது.

அவனது மனைவி யெஃபிமியா படுக்கையில் அமர்ந்து குழந்தைக்குப் பால் கொடுத்துக் கொண்டிருந்தாள். இன்னொரு மூத்த குழந்தை அவளருகில் நின்றபடி தன் சுருட்டைத் தலையை அவள் முழங்கால் மீது வைத்துக் கொண்டிருந்தது. மூன்றாவது குழந்தை படுக்கையில் உறங்கிக் கொண்டிருந்தது.

அறைக்குள் நுழைந்த ஆண்ட்ரீ மனைவியிடம் கடிதத்தைத் தந்தபடி, "ஊரிலிருந்து வந்திருக்குன்னு நினைக்கிறேன்" என்றான்.

பிறகு கையிலிருந்த பேப்பரிலிருந்து கண்ணை நகர்த்தாமல் அறையை விட்டு வெளியே சென்றான். கடிதத்திலிருந்த ஆரம்ப வரிகளை நடுங்கும் குரலில் யெஃபிமியா படித்துக் கொண்டிருந்தது அவன் காதில் விழுந்து கொண்டிருந்தது. அதைப் படித்தபிறகு அதற்கு மேல் எதையுமே அவளால் படிக்க முடியவில்லை. உடைந்து சிதறிப்போய்க் கண்ணீர் பெருக்கியவளாய்த் தன் முதல் குழந்தையை மார்போடு தழுவி முத்தமிட்டபடி பேசத் தொடங்கினாள் அவள். அப்போது அவள் சிரித்துக் கொண்டிருந்தாளா அழுது கொண்டிருந்தாளா என்றெல்லாம் இனம் பிரித்துச் சொல்வது கடினம்.

"இது பாட்டிகிட்டே இருந்து வந்திருக்கு, உங்க தாத்தாகிட்டே இருந்து வந்திருக்கு, என்னோட ஊரிலே இருந்து வந்திருக்கு.

வானலோகத்திலே இருக்கிற அன்னைகிட்டே இருந்து அங்கே உள்ள புனிதர்கள் தியாகிகள்கிட்டே இருந்து வந்த மாதிரி இந்த நேரம் எங்க கிராமத்திலே இருக்கிற கூரை மேலே எல்லாம் பனி அப்பிக்கிடக்கும். மரங்களெல்லாம் வெள்ளை வெளேர்னு இருக்கும். பையங்க எல்லாம் ஸ்லெட்ஜிலே சறுக்குவாங்க. எனக்குப் பிரியமான உன்னோட வழுக்கைத் தாத்தா கணப்புகிட்டே குளிர் காய்ஞ்சுக்கிட்டிருப்பார். அப்புறம் பழுப்பு நெறத்திலே ஒரு குட்டி நாய் எனக்கு மட்டுமே சொந்தமான என் செல்லங்கள்."

அவள் சொன்னதைக் கேட்டுக் கொண்டிருந்தபோதுதான் மூன்று நான்கு முறை அவள் ஏதோ கடிதங்களைத் தன்னிடம் கொடுத்து போஸ்ட் செய்யச்சொன்னது ஆண்ட்ரீ ஹ்ரிசான்ஃபிச்சுக்கு நினைவு வந்தது. ஆனால் ஒவ்வொரு தடவையும் ஏதாவது அவசர வேலை குறுக்கே வந்து விடுவதால் அவன் அதை மறந்து விடுவான்; பிறகு அந்தக் கடிதங்களும் எங்கோ தொலைந்து போய்விடும்.

"அங்கே இருக்கிற வயல்களிலே சின்னச்சின்ன முயல்கள் துள்ளி ஓடிக்கிட்டிருக்கும்," ஜபம் செய்வதுபோலத் தொடர்ந்து ஏதேதோ பேசியபடி தன் மகனை முத்தமிட்டுக் கண்ணீர் பெருக்கியபடி இருந்தாள் யெஃபிமியா.

"உன்னோட தாத்தா அன்பானவர்; மென்மையான மனசு அவருக்கு. பாட்டியும் நல்லவங்க, இளகின மனசும் கூட. அங்கே கிராமத்துக்காரங்க எல்லாருமே இதமான உள்ளம் கொண்டவங்க தான். எல்லாருக்குமே கடவுள் பயமும் உண்டு. அங்கே ஒரு சின்ன சர்ச்சும் இருக்கு. விவசாயம் பண்றவங்க எல்லாரும் ஒண்ணா சேர்ந்து அங்கே பாடுவாங்க. புனித அன்னையே, எங்களைக் காப்பாத்து கடைத்தேற்றுன்னு எல்லாரும் வேண்டிக்குவாங்க."

மீண்டும் ஒரு வாயில் மணி அடிப்பதற்குள் சற்றுப் புகைத்து விட வேண்டுமென்று தோன்றியதால் ஆண்ட்ரீ ஹ்ரிசான்ஃபிச் அறைக்குள் நுழைந்தான். உடனே யெஃபிமியா தன்னைக் கட்டுப்படுத்திக் கொண்டு தான் பேசிக் கொண்டிருந்ததை நிறுத்திக் கொண்டாள். கண்ணீரையும் துடைத்துக் கொண்டாள்; ஆனாலும் அவள் உதடுகள் இன்னும் கூட நடுங்கிக் கொண்டுதான் இருந்தன. அவள் எப்போதுமே அவனைக் கண்டால் பயந்து நடுங்குபவள். அப்பா எப்படிப்பட்ட பயம் அது? அவனது காலடிச் சத்தம் கேட்டால் ஏன் அவன் கண்ணைப் பார்த்தாலே கூட அவள் அச்சத்தால் விதிர்விதிர்த்துப்போவாள். அவன் முன்னிலையில் ஒரு வார்த்தைகூட சொல்ல அவள் ஒருபோதும் துணிந்ததில்லை.

ஆண்ட்ரீ ஹ்ரிசான்ஃபிச் சிகரெட்டைப் பற்ற வைத்துக் கொண்டதுமே மாடியிலிருந்து அழைப்பு மணி அடித்தது. பற்ற

வைத்த சிகரெட்டைப் போட்டு விட்டுத் தீவிரமான முக பாவனையுடன் வாசலுக்கு விரைந்தான் அவன்.

அப்போதுதான் குளியலை முடித்திருந்த ரோஜா நிறப் பளபளப்போடு படிகளில் இறங்கி வந்து கொண்டிருந்தார் ஜெனரல்.

அறைக் கதவொன்றைச் சுட்டிக்காட்டியபடி அங்கே என்ன இருக்கிறதென்று அவர் கேட்க, ட்ரௌசர் பைக்குள் தன் கைகளை விறைப்பாக நுழைத்துக் கொண்டபடி,

"சார்கோட் குளியல்* ஐயா" என்று உரத்த குரலில் பதில் தந்தான் ஆண்ட்ரீ ஹ்ரிசான்ஃபிச்.

❍

---

* சார்கோட் குளியல் என்பது, ழீன் மார்டின் சார்கோட் என்ற பிரெஞ்சு மருத்துவரின் பெயர் கொண்டது; கணுக்கால் வரை சுடுநீரிலும் உடலின் பிற பகுதிகள் குளிர்நீரிலும் மூழ்கியிருக்கும்படி மேற்கொள்ளும் குளியல் இது.

லிஃப்டுக்குள்

கூனோ டீகோ

அன்று வெளியே கிளம்பியபோது, இப்படிப்பட்ட விரும்பத் தகாத நிகழ்வொன்றை எதிர்கொள்ளப்போகிறேன் என்று நான் கொஞ்சமும் எதிர்பார்த்திருக்கவில்லை. குறிப்பாகச் சொல்லப் போனால் அன்று நான் களைப்பாகக்கூட இல்லை; உண்மையிலேயே நல்ல மனநிலையோடுதான் நான் திரும்பி வந்து கொண்டிருந்தேன். லிஃப்டுக்குள் நுழைந்து கதவை மூடும் பொத்தானை அழுத்தி விட்டு, மூன்றாம் தளத்துக்குச் செல்லும் பொத்தானையும் அழுத் தினேன். சரியாக அதேநேரம் பார்த்து, மூடிக் கொண்டிருக்கும் லிஃப்டை நோக்கி இன்னொரு பெண்மணி விரைந்து வந்து கொண்டிருப்பதைப் பார்த்ததும் கதவைத் திறப்பதற்கான பொத்தானை அழுத்தினேன். தாளால் பொதியப்பட்டிருந்த பெரிய பார்சல் ஒன்றை நெஞ்சோடு அணைத்துப் பிடித்துக் கொண்டிருந்த அவள், மறுபடி திறந்து கொண்ட லிஃப்ட் கதவுக்குள் நுழைந்து உள்ளே வந்தாள்; அவள் எனக்கு நன்றி எதுவும் சொல்லவில்லை ஆனாலும் கூடக் கதவைத் திரும்ப மூடுவதற்கான பொத்தானை அழுத்தியதுமே கை நிறைய சுமையோடு இருந்த அவள் செல்ல வேண்டிய தளம் எது என்பதைக்கேட்டு அதையும் நான் அழுத் தியிருப்பேன். ஆனால் நான் அதைச் சொல்வதற்கு முன்பு அவளே "தயவு செய்து ஒன்பதாவது தளத்தை அழுத்துங்கள்" என்று கேட்டாள். நானும் பதில் பேசாமல் ஒன்பதை அழுத்தி விட்டாலும் அவள் சொன்னதை அலட்சியப்படுத்தாமல் விட்டது, எனக்கு வருத்தமாகவே இருந்தது. கை கொள்ளாமல் அத்தனை பெரிய பார்சலை வைத்துக் கொண்டிருப்பதால் அவளால் பொத்தானை அழுத்தமுடியவில்லையென்றால் அது அவளுடைய பிரச்சினை.

அதை மற்றவர்கள்மீது அவள் சுமத்தக்கூடாது. எங்கள் இருவரையும் சுமந்தபடி மூன்றாம் தளத்தை நோக்கி லிஃப்ட், உயரத்தொடங்கிய ஒரு சில விநாடிகளிலேயே அந்தப் பெண்ணின் நாகரிகமற்ற போக்கை எண்ணி நான் குமுறத் தொடங்கியிருந்தேன். லிஃப்ட் நின்று அதன் கதவும் திறந்து கொண்டதும் ஏதோ ஒரு திடீர் மனஎழுச்சியால் நான்காவது பொத்தானிலிருந்து நாசமாய்ப்போன அவளது ஒன்பதாம் பொத்தான் வரை உள்ள எல்லாப் பொத்தான் களின் மீதுமே, கையை வைத்து வேகமாக அழுத்தினேன் நான். ஒன்பதாம் பொத்தானின் விளக்கு ஏற்கனவே ஒளிர்ந்து கொண்டிருந் தது. "உனக்கு இதுதான் சரிப்பட்டு வரும், எல்லாத்தையுமே அழுத் திட்டேன் உனக்காக" இந்தச் சொற்களோடும், எல்லாப் பொத்தான் களிலும் ஒளிர்ந்து கொண்டிருக்கும் விளக்குகளோடும் அவளை விட்டுவிட்டு லிஃப்டிலிருந்து வெளியேறினேன் நான். "இருந்திருந்து இப்படி" என்று எனக்குப் பின்னால் அவள் ஏதோ சொல்வது காதில் விழுந்தது. நான் திரும்பிப் பார்த்தபோது கையில் வைத்திருந்த பெரிய பார்சல் நழுவி விடாமல் இறுகப்பற்றியபடி, தன் கைப் பையிலிருந்த சாவியை எடுக்க அவள் போராடிக் கொண்டிருந்தது தெரிந்தது. பொதுவாக நான் மூன்றாம் தளத்தில் இறங்கும்போது லிஃப்டில் எவரேனும் இருந்தால் நான் வெளியேறும் சமயம், கதவை மூடுவதற்கான பொத்தானை அழுத்திவிட்டுப் போவது என் வழக்கம். இரண்டாம் தளத்தில் இறங்குபவர்களும் கூட என் பொருட்டு இரங்கி அதே போன்ற செயலைச் செய்வார்கள். அடுத் தாற்போலத் தானாகவே கதவு அடைத்துக் கொண்டு விடும் என்றாலும் அதற்கு வெகுநேரம் பிடிக்கும். சில நேரங்களில் கதவே உடைந்து விட்டதோ என்று கூட ஆச்சரியப்படத் தோன்றும். மாறாகக் கதவை மூடுவதற்கான பொத்தானை நாம் அழுத்தி விட்டால் அது உடனடியாக அடைத்துக் கொண்டு விடும். கதவு தானாகவே அடைத்துக்கொள்ளும்வரை காத்திருக்கும் பொறுமை, லிஃப்டின் உள்ளே இருப்பவர்களில் எவருக்கும் இருக்காது என்பதால், லிஃப்டிலிருந்து வெளியேறுபவர்கள் வெறுமனே போய்விடாமல் கதவடைக்கும் பொத்தானை அழுத்திவிட்டுப் போவதென்பது ஒரு நாகரிகமான செயலாக இருந்தது. 'உங்களுக்கு நன்றி' 'நன்றி' 'நல்ல காரியம் செய்தீர்கள்' என்பது போன்ற வார்த்தைகள்அப்போது இயல்பாகவே பரிமாறிக் கொள்ளப்படுவதுண்டு. எல்லாப் பொத்தான்களையும் ஒளிர விட்டபடி அந்தப் பெண்மணியைப் பழி தீர்த்துக் கொண்டிருந்த நான் வேண்டுமென்றே கதவை அடைக்கும் பொத்தானை மட்டும் அழுத்தாமல் விட்டு விட்டு விரைந்தேன். கதவு விரியத் திறந்து கிடந்ததால் அவளை முழுமை யாய்ப் பார்க்க முடிந்தது. இப்போது கையிலிருந்த பார்சல்

சுமையோடு, சாவியை எடுப்பதற்கும் அவள் போராடிக் கொண்டிருந்ததால் கதவை அடைப்பதற்கான பொத்தானை அழுத்துவதற்கு அவள் நிச்சயம் கஷ்டப்பட வேண்டியிருக்கும். இல்லாவிட்டால் அவள் அடுத்த தளத்தை அடையும் வரையிலும் கூட அந்தக் கதவு மூடிக்கொள்ளுமா என்பது சந்தேகம்தான். அந்த இடத்தில் நான் இல்லாமல் வேறு யாராவது ஒருவர் இருந்து, கதவை மூடிவிட்டுப் போகும் அந்தக் கனிவான செயலைச் செய்யத் தவறியிருந்தால் அப்போதும் கூட அவளுக்கு இதே மாதிரி சிக்கல் ஏற்பட்டிருக்கும் தான்; ஆனால் இப்போதோ நான்கு, ஐந்து, ஆறு, ஏழு என்று லிஃப்ட் நிற்கும் எல்லாத் தளங்களிலுமே அவள் அந்தச் சிக்கலை எதிர்கொள்ள வேண்டியிருக்கும். ஒவ்வொரு தளத்திலுமே லிஃப்ட் நின்றுபோய் விடும். தேவையே இல்லாமல் கதவும் திறந்து கொள்ளும். அதிலும் அந்த லிஃப்ட் இயங்கும் முறையைப் பார்த்தால் கதவை மூடும்பொத்தானை அழுத்தியிருந்தாலும் கூட அத்தனை பொத்தான்கள் ஒருசேர அழுத்தப்பட்டிருக்கும் நிலையில் அத்தனை எளிதாக அது ஒவ்வொரு தளத்தையும் கடந்துவிட முடியாதென்றே தோன்றியது. அவள் தனக்குரிய தளத்தை தன்னுடைய அந்த இலக்கை எட்டுவதற்கு முன் திறந்த கதவை மூடுவதற்கு ஒவ்வொரு தளத்திலும் திரும்பத்திரும்ப அவள் போராடவேண்டியிருக்கும். அல்லது கதவு தானாக மூடிக்கொள்ளும் வரை ஒவ்வொரு தளத்திலும் அவள் காத்திருக்க வேண்டியிருக்கும். "உனக்கு இதுதான் சரிப்பட்டு வரும், எல்லாத்தையுமே அழுத்திட்டேன் உனக்காக" எத்தனை அற்புதமான வாக்கியம் அது?

அதன்பிறகு லிஃப்டில் ஏறிப் பொத்தான்களை அழுத்தும் சந்தர்ப்பங்களிலெல்லாம் அடிக்கடி அந்த நாளின் ஞாபகம் எனக்கு வந்து போகும். குறிப்பான நேர நியதிப்படி செல்லாமலோ அல்லது சிலநாட்கள் லிஃப்டையே பயன்படுத்தாமலோ நான் இருந்ததால் திரும்பவும் அந்தப் பெண்மணியோடு நான் அதில் செல்லவே இல்லை. சம்பவம் நடந்த குறிப்பிட்ட அந்த நாளுக்கு முன்பு வரை அவளை இதுவரை சந்தித்திருந்ததாகவே எனக்கு நினைவில்லை. ஆனால் அத்தனை பெரிய பார்சலைக் கையில் வைத்துக் கொண்டு அவள் சாவியைத் தேடிக் கொண்டிருந்ததைப் பார்க்கும்போது அவளும் இந்தக் கட்டிடத்தில்தான் குடியிருக்க வேண்டும் என்பது உறுதியாகத் தெரிந்தது. நாங்கள் இருவருமே அங்குதான் குடியி ருந்திருக்கிறோம்; ஆனால், ஒருவரை ஒருவர் சந்தித்துக் கொள் ளாமலேதான் இதுவரை இருந்திருக்கிறோம். அந்தப் பெண்மணியைப் பற்றிய நினைவுகள் அவ்வப்போது தோன்றுவதால் லிஃப்டில் சகமனிதர்கள் ஏறும்போது, முன்பை விடவும் கூடுதலான பரிவு என்னிடம் ஏற்பட்டிருந்தது. அன்று அவளை அளவுக்குமீறிப் பழி

வாங்கிவிட்டதாக எண்ணி, என்னை நினைத்து எனக்கே கூச்சமாகவும் இருந்தது. ஒருக்கால் அப்படிப்பட்ட இயல்பு எனக்கு ஒரு போதும் இருந்ததில்லை என்று என் மீது நானே நம்பிக்கை கொள்ளவும் விரும்பியிருக்கலாம். அன்று நான் அப்படிச் செய்ததற்கான காரணம், அவள் மோசமான வகையில் நடந்து கொண்டது மட்டுமே. லிஃப்ட்டின் உள்ளே ஏறிவரும் மனிதர்கள் எனக்கு நன்றி சொல்லும்போது அவர்கள் எதையும் சுமந்து கொண்டிருக்கவில்லையென்றாலும் கூட 'நீங்கள் எந்தத் தளத்துக்குப் போகவேண்டும்' என்ற கேள்வியைக் கேட்க நான் பெரும்பாலும் தவறியதில்லை. அன்றைக்கும் அப்படித்தான் வேறேதோ சிந்தனையில் இருந்தபடி 'எந்தத் தளம் என்று கேட்டேன்.' 'தயவு செய்து ஒன்பதை அழுத்துங்கள்.' நானும் தன்னிச்சையாக ஒன்பதை அழுத்தினேன். ஆனால் அந்த நபர் அந்தப் பெண்மணி, அப்படிப்பட்ட ஒரு தருணத்துக்காகவே காத்துக் கொண்டிருந்திருந்தது போலத் தொடர்ந்து இப்படிச் சொன்னார்: 'ஏன் நீங்கள் இஷ்டப்பட்டால் எல்லாப் பொத்தான் களையுமே கூட அழுத்துங்களேன்'. அன்றும் சரி, இப்போதும் சரி அந்தப் பெண்மணியின் முகத்தை நான் சரியாகப் பார்க்கத் தவறியிருந்தேன் என்பதை உணர்ந்து கொண்டேன். ஆனாலும் என்னுடைய பரிவான செயலை சாதகமாக்கிக் கொண்டு அன்று நடந்துபோன சம்பவத்துக்காக அவள் என்னைப் பழி வாங்கும்படி மட்டும் விட்டுவிடமாட்டேன் என்று நினைத்துக் கொண்டேன். அவளது சவாலை ஏற்று நான்கிலிருந்து எட்டு வரையுள்ள பொத்தான்களை நான் அழுத்தினாலும் அல்லது அப்படி எந்த அசம்பாவிதமும் நடக்காமல் அவள் ஒன்பதாவது தளத்துக்குப் போய்ச்சேர முடிந்தாலும் எப்படிப் பார்த்தாலும், அந்த இரண்டு வகைகளிலுமே தோல்வியைத் தழுவுவது நானாகத்தான் இருக்கும் என்றுதான் அவள் கணக்குப் போட்டிருக்க வேண்டும். 'நல்லது அப்படியே செய்கிறேன்' என்று சொன்னபடியே பொத்தான்கள் இருந்த பலகை மீது என் கையை வேகமாய் ஓடவிட்டேன். சரியாக அதே நேரத்தில் லிஃப்ட் நின்று போயிற்று. 'அவசர வழி' என்று வெள்ளை நிறத்தில் பொறிக்கப்பட்டிருந்த சிவப்புப் பொத்தானை நான் உற்றுப்பார்த்தேன். கதவு திறந்து கொண்டால் கதவை அடைப்பதற்கான பொத்தானை அழுத்தி விட்டு 'இதையும் கூட உனக்காக அழுத்துகிறேன் பார்' என்று அறிவித்தபடி சிவப்புப் பொத்தானையும் ஒரு தட்டுதட்டிவிட்டு மூடிக் கொண்டிருக்கும் கதவின் வழியே வெளியேறி விடவேண்டுமென்று நான் எண்ணி யிருந்தேன். ஆனால் கதவு ஏனோ திறந்துகொள்ளவே இல்லை. 'நாம் இன்னும் மூன்றாம் தளத்துக்குப் போய்ச்சேரவே இல்லை' என்று எனக்குப் பின்னால் இருந்தபடி சொன்னாள் அவள். விளக்கு

இன்னும் எரிந்து கொண்டுதான் இருந்தது. ஆம் அவள் சொன்னது சரிதான். "ஆனால்" என்றபடி தொடர்ந்து பேசினாள் அவள்.' லிஃப்ட் என்னவோ நிச்சயமாக நின்று போய் விட்டது. சரிதானே? உடைந்து போயிருக்கலாம்." ஒருவேளை நான் முரட்டுத்தனமாக எல்லாப் பொத்தான்களையும் அழுத்தியபோது ஏதாவது தாறு மாறாகிக் குளறுபடியாகி இருக்கலாம். "உங்களுக்கு அவசரமாகப் போக வேண்டுமென்றால் நீங்கள் எப்போது வேண்டுமானாலும் இதைப் பயன்படுத்தலாம்" என்று அவளிடம் அந்த அவசரவழிக்கான பொத்தானைச் சுட்டிக்காட்டியபடி அதை அவள் பார்க்க வசதி யாகப் பலகையிலிருந்து விலகி நின்று கொண்டேன். "இல்லை, இல்லை எனக்கு அப்படி எந்த அவசரமும் இல்லை" என்று கையசைத்து அதை மறுத்துவிட்டு லிஃப்ட் சுவர் மீது வசதியாகச் சாய்ந்து நின்று கொண்டாள் அவள். நானும் அவளுக்குப் பக்கவாட்டில் அவ்வாறே சாய்ந்து நின்று கொண்டேன்.

௦

விதியை நம்புபவன்

ஐஸக் பேஷவிஸ் சிங்கர்

சிற்றூர்களில் 'தொப்புள்'காரன் ஹேய்ம், 'கேக்' புகழ் யெகெல், 'வம்பு'க்கார சாரா, 'வாத்து'ப் பையன் கிட்டெல் என்று இவை போலச் சூட்டப்படும் செல்லப்பெயர்கள் நமக்குப் பழக்கமானவை, மிகவும் பரிச்சயமானவை. ஆனால் என் இளம் வயதில் போலந்தில் உள்ள ஒரு சிற்றூருக்கு ஆசிரியராக வந்தபோது 'விதியை நம்பும் பெஞ்சமின்' என்று ஒரு ஆளைப்பற்றிக் கேள்விப்பட்டேன். உடனே எனக்கு ஆச்சரியம் தாங்க முடியவில்லை. இப்படி ஒரு சின்ன ஊரில் போய் 'விதியை நம்புபவன்' என்ற சொல்லை எப்படி இவர்கள் தெரிந்து வைத்திருக்கிறார்கள்? அப்படிப்பட்ட ஒரு பட்டப்பெயர் கிடைக்கும் வகையில் இவன் என்னதான் செய்தான்? ஹீப்ரு மொழி கற்பித்து வந்த இளம் சீயோன் அமைப்பின் செயலாளர் என்னிடம் அந்த விஷயத்தைச் சொன்னார்.

குறிப்பிட்ட அந்த மனிதன் இந்தப் பகுதியைச் சேர்ந்தவனில்லை. கூர்லாந்தின் ஏதோ ஒரு இடத்திலிருந்து வந்தவன் அவன். 1916இல் இந்தச் சிற்றூருக்கு வந்த அவன், தான் ஜெர்மன் மொழி கற்றுத் தரப்போவதாக ஆங்காங்கே அறிவிப்புக்களை ஒட்டி வைத்தான். அது ஆஸ்திரிய ஆக்கிரமிப்புக் காலம் என்பதால் எல்லோருமே ஜெர்மன் மொழியைக் கற்க விரும்பினர். கூர்லாந்தில் ஜெர்மன் மொழிதான் பேசப்பட்டு வந்தது. அதனால் அந்த மொழியை பெஞ்சமின் ஷ்வார்ட்ஸ் அறிந்திருந்தான். அவனது உண்மைப்பெயர் அதுதான். அவன் கற்பித்த வகுப்புகளில் இரு பால் மாணவர்களும் அதிகமாகச் சேர்ந்து பயின்றனர்.

இவ்வாறு சொல்லிக் கொண்டே போன செயலாளர் சட்டென்று ஜன்னலைச் சுட்டிக்காட்டி 'இதோ அவனே போகிறான் பார்' என்றார்.

நான் ஜன்னல் வழியே எட்டிப்பார்த்தபோது குள்ளமாய்க் கறுப்பாய்த் தொப்பையோடு அப்போது காலாவதியாகிப் போயிருந்த முறுக்கு மீசை வைத்திருந்த மனிதன் ஒருவன் நடந்து போய்க் கொண்டிருந்தான். அவனிடம் ஒரு கைப்பெட்டி இருந்தது. ஆஸ்திரியர்களின் ஆதிக்கம் முடிவுக்கு வந்த பின்பு ஜெர்மன் மொழி படிக்கும் ஆர்வம் அங்கே எவருக்கும் இல்லை, அதனால் போலந்துக் காரர்கள், பெஞ்சமின் ஷ்வார்ட்ஸுக்கு ஆவணக் காப்பகத்தில் ஒரு வேலை ஏற்பாடு செய்து கொடுத்திருந்தார்கள். எவருக்காவது பிறப்புச் சான்றிதழ் தேவைப்பட்டால் அவனைத்தான் நாடி வருவார்கள். அவனது கையெழுத்து வித்தியாசமான கவர்ச்சியோடு இருந்தது. போலிஷ் மொழியையும் அவன் கற்றுக் கொண்டிருந்தான். எல்லோருக்கும் அதிகாரபூர்வமில்லாத ஒரு வக்கீலைப்போலவே அவன் ஆகிப்போயிருந்தான்.

செயலாளர் பேச்சைத் தொடர்ந்தார்.

‘ஏதோ சொர்க்கத்திலிருந்து நேரடியாக வந்து இறங்கியவனைப் போலத்தான் இங்கே அவன் வந்தான். அப்போது தன் ‘இருபது’களில் இருந்த அவனுக்குத் திருமணமாகியிருக்கவில்லை, படித்த மனிதன் எவனாவது எங்கள் ஊருக்கு வந்தால் அதைக் காரணமாக வைத்து இளைஞர்களுக்கென்று இருந்த ஒரு சங்கத்தில் அதைக் கொண்டாடு வது எங்கள் வழக்கம். அந்தச் சங்கத்துக்கு அவனை அழைத்திருந் தோம்; அவனைப் பெருமைப்படுத்தும் வகையில் ஒரு ‘பாக்ஸ் மாலை’க்கும் ஏற்பாடு செய்திருந்தோம். அங்கே வைக்கப்பட்டிருந்த பெட்டியில் கேள்விகள் போடப்படும்; அவற்றை வெளியிலெடுத்து அவன் பதில் தர வேண்டும்.

‘கடவுளால் வகுக்கப்பட்டிருக்கும் ஊழ்வினைக் கோட்பாட்டில் அவனுக்கு நம்பிக்கை உண்டா’ என்று ஒரு பெண் கேட்டாள். அதற்கு ஒரு சில சொற்களில் பதில் தராமல் அவன் ஒரு மணி நேரம் அதைப்பற்றிப் பேசினான். அற்ப விஷயங்கள் உட்பட எல்லாமே முன்கூட்டியே தீர்மானிக்கப்பட்டிருப்பவைதான் என்றான் அவன். இரவுச்சாப்பாட்டில் ஒருவன் வெங்காயம் சாப்பிடுகிறா னென்றால் அதற்குக் காரணம் அப்போது வெங்காயம் சாப்பிட வேண்டுமென்று அவனுக்கு விதிக்கப்பட்டிருப்பதுதான்; எத்த னையோ கோடிக்கணக்கான ஆண்டுகளுக்கு முன்பே அது அவ்வாறு விதிக்கப்பட்டு விட்டது. சாலையில் போகும்போது ஒரு கூழாங்கல் தடுக்கி நீங்கள் விழ நேர்ந்தால் நீங்கள் அப்படி விழுந்தாக வேண்டு மென்பது விதிக்கப்பட்டிருக்கிறது. ‘விதியை நம்புபவன்’ என்று அவன் தன்னைப்பற்றிச் சொல்லிக் கொண்டான். எங்கள் ஊருக்கு அவன் வர நேர்ந்தது தற்செயல் போலத் தோன்றினாலும் அவன்

இங்கே அவ்வாறு வந்தாக வேண்டுமென்பது முன்பே முடிவு செய்யப்பட்டு விட்டது என்றான்.

வெகுநேரம் நீளமாகப் பேசிக் கொண்டே இருந்தான் அவன். அதை ஒட்டி விவாதங்களும் தொடர்ந்தன.

"அப்படியென்றால் வாய்ப்பு என்ற ஒன்றே இல்லையா என்ன?" என்று யாரோ கேட்டார்கள்.

"இல்லை வாய்ப்பு என்ற ஒன்று இல்லவே இல்லை" என்று பதிலளித்தான் அவன்.

"அப்படியென்றால் படிப்பதற்கு, வேலை செய்வதற்கு இதற்கெல்லாம் என்ன அர்த்தம்? வணிகம் தொழில் என்று இவற்றை யெல்லாம் ஏன் கற்றுக்கொள்ள வேண்டும்? பிள்ளைகளை ஏன் வளர்க்க வேண்டும்? அது இருக்கட்டும் அப்புறம் சீயோனிசத்தின் வளர்ச்சிக்கெல்லாம் ஏன் பாடுபட வேண்டும்? யூதர்களின் சொந்த நாட்டுக்காக ஏன் போராட வேண்டும்?"

"விதியின் புத்தகங்களில் எவ்வாறு எழுதப்பட்டிருக்கிறதோ அவ்வாறுதான் நடக்கும்" என்று அவன் பதிலளித்தான்.

"ஒரு கடை நடத்த ஆரம்பித்து ஒருவன் திவாலாக வேண்டும் என்று எழுதப்பட்டிருந்தால் அதை அவன் அனுபவித்துத்தான் ஆக வேண்டும்."

'மனித முயற்சிகள் எல்லாம் விதிவழிப்பட்டவை மட்டுமே; சுயமாக அமையும் வாய்ப்பு என்பது ஒரு பிரமை மட்டும்தான்' என்றான் அவன். இரவு முழுவதும் அந்த விவாதம் தொடர்ந்து நடந்தது. அப்போது முதல் அவன் 'விதியை நம்புபவன்' என்று என்று எல்லோராலும் அழைக்கப்பட ஆரம்பித்தான். அந்தச் சிற்றூரின் பேச்சு வழக்கிலும் 'விதியை நம்புபவன்' என்னும் வார்த்தை புதிதாகச் சேர்ந்து கொண்டது. வீட்டைக் காவல்காக்கும் பாவப்பட்ட சேவகனிலிருந்து தொடங்கி, மிகப் பெரிய யூதக் கோயிலின் காவலர் வரை 'விதியை நம்புபவன்' என்ற அந்தச் சொல்லை எல்லோருமே அறிந்து வைத்திருந்தார்கள்.

அன்றைய அந்த மாலைக்குப் பிறகு இப்படிப்பட்ட விவாதங் களில் களைத்துப்போனவர்களாய்த் தங்கள் கண் எதிரே இருக்கும் நிகழ்காலப் பிரச்சினைகளை நோக்கி மக்கள் திரும்பிச்சென்று விடுவார்கள் என்றே நாங்கள் நினைத்தோம். தர்க்கபூர்வமான விவாதங்களால் இதைத் தீர்மானித்து விட முடியாது என்று பெஞ் சமினும் கூடச் சொன்னான். நம்புகிறோமோ இல்லையோ இளைஞர் களான எங்கள் எல்லோரது உள்ளங்களையும் இந்தக் கேள்வி மட்டுமே ஆக்கிரமித்துக் கொண்டிருந்தது. பாலஸ்தீனத்துக்கான சான்றிதழ்கள் குறித்தோ கல்வியைப் பற்றியோ பேச எண்ணி

நாங்கள் ஒரு கூட்டத்தை ஏற்பாடு செய்வோம். ஆனால் விவாதம் அவற்றைச் சார்ந்ததாக மட்டுமே இல்லாமல் விதிக் கோட்பாட்டை நோக்கிப்போய்விடும்.

அப்போது எங்கள் நூலகத்தில் லெர்மெண்டோவ் எழுதிய 'நம் காலத்தின் கதாநாயகன்' என்ற புத்தகம் ஒன்று இருந்தது. யித்திஷ்மொழியில் மொழிபெயர்க்கப்பட்டிருந்த அந்த நூல், பெட் கோரின் என்ற பெயர் கொண்ட விதியை நம்பும் ஒருவனைப் பற்றி விவரித்திருந்தது. எல்லோருமே அந்த நாவலைப் படித்தோம்; அவரவர் அதிருஷ்டம் எப்படி இருக்கிறதென்று சோதித்துப் பார்க்கவும் ஒரு சிலர் ஆசைப்பட்டோம். ரஷ்ய ரூலெட் குறித்து நாங்கள் முன்பே அறிந்திருந்தாலும் ஒரு துப்பாக்கி மட்டும் இருந்திருந்தால் எங்களில் ஒரு சிலர் அதை முயற்சி செய்து சோதித்துக்கூடப் பார்த்திருக்கலாம். ஆனால் எங்கள் ஒருவரிடமும் அது இல்லை.

சரி இப்போது இந்த விஷயத்தைக் கொஞ்சம் கேட்டுக்கொள்.

எங்களோடு ஹெய்லிமின்ஸ் என்று ஒரு பெண்ணும் இருந்தாள். அவள் அழகானவள், சுறுசுறுப்பு மிக்கவள். இயக்கத்தில் தீவிரமாகப் பங்காற்றிய அவள் ஒரு பணக்கார வீட்டுப்பெண். அவளது தந்தை உலர் பொருட்கள் விற்பனை செய்யும் மிகப் பெரிய அங்காடி ஒன்றை நகரத்தில் நடத்தி வந்தார்.

இளைஞர்கள் எல்லோருக்குமே அவள் மீது ஒரு கண் இருந்தது. ஆனால் ஹெய்லி தனக்கென்று தனிப்பட்ட விருப்பு வெறுப்புகள் கொண்டிருப்பவள். ஒவ்வொருவரிடமும் ஏதாவது ஒரு குற்றத்தைக் கண்டுபிடித்து விடுவாள் அவள். 'ஸ்க்லாக்ஃபெர்டிக்' என்று ஜெர்மன் மொழியில் குறிப்பிடுவதுபோல அவளுக்கு நாத்துடுக்கு கொஞ்சம் அதிகம். நீங்கள் ஏதாவது சொன்னால் போதும், உடனே அவள் அதற்கு நேரெதிராக வரிந்து கட்டிக் கொண்டு வெடுக்கென்று பதிலளிக்க ஆரம்பித்து விடுவாள். எவரையாவது கேலி செய்ய வேண்டுமென்று ஆசைப்பட்டால் புத்திசாலித்தனத்தோடு நகைச்சுவை கலந்து அவர்களைக் கிண்டலடித்து விடுவாள். இந்த ஊருக்கு வந்து சேர்ந்ததுமே 'விதியை நம்புபவன்' அவள் மீது காதல் கொண்டு விட்டான். அது பற்றி அவனுக்கு எந்தக் கூச்சமும் இல்லை.

ஒருநாள் நேரடியாகவே அவளிடம் வந்தவன்,

"ஹெய்லி, நீ என்னைத் திருமணம் செய்து கொண்டாக வேண்டும் என்பது விதிக்கப்பட்டிருக்கும் ஒன்று. அது எப்படியோ கட்டாயம் நடந்துதான் தீரப்போகிறது, அதற்கு ஏன் காலம் தாழ்த்திக் கொண்டிருக்க வேண்டும்" என்றான்.

எல்லோரும் கேட்குமாறு இதைச் சத்தமாகவே சொன்னான்; அதனால் அது ஒரு சலசலப்பை உண்டாக்கியது.

"நீ ஒரு முட்டாள் என்றும், அதோடு கூடவே அதிகம் கொழுப் பெடுத்தவன் என்றும் உன்னிடம் சொல்ல வேண்டுமென்று எனக்கு விதிக்கப்பட்டிருக்கிறது, அதனாலேயே நான் இதைச் சொல்கிறேன். அதற்காக நீ என்னை மன்னித்தாக வேண்டும். கோடிக்கணக்கான ஆண்டுகளுக்கு முன்பே இறை நூல்களில் இது முடிவு செய்யப்பட்டு விட்டது" என்று பதிலளித்தாள் ஹெய்லி.

சீக்கிரத்திலேயே ஹ்ரூபீஸோவைச் சேர்ந்த இளைஞனும், அங்குள்ள பவுல் சீயோன் அமைப்பின் தலைவனுமான ஒரு இளை ஞனோடு ஹெய்லியின் திருமணம் நிச்சயிக்கப்பட்டு விட்டது. மண மகனின் சகோதரிக்கு ஏற்கனவே நிச்சயிக்கப்பட்டிருந்த திருமணம் முதலில் நிகழ வேண்டுமென்பதால் இந்தத் திருமணம் ஓராண்டுக்கு ஒத்தி வைக்கப்பட்டிருந்தது. பையன்களெல்லாம் 'விதியை நம்புப வனைக்' கிண்டல் செய்ய அவனோ "ஹெய்லி எனக்குரியவள் என்பது விதிக்கப்பட்டிருந்தால் கட்டாயம் அவள் எனக்குத்தான் சொந்தமாவாள்" என்று பதில் தந்தான்.

"நான் ஓஸெர் ருபின்ஸ்டினுக்கு உரியவள், உனக்குரியவள் அல்ல, விதியின் விருப்பம் அதுதான்" என்று பதிலடி கொடுத்தாள் ஹெய்லி.

ஒரு குளிர்கால மாலைப் பொழுதில் மீண்டும் விதி குறித்த விவாதம் வெடித்தபோது,

"ஐயா ஷ்வார்ட்ஸ், விதியை நம்புபவரே, நீங்கள் சொல்வதில் உண்மையிலேயே உங்களுக்கு நம்பிக்கை இருந்தால் உங்களிடம் துப்பாக்கி இருந்து *ரஷ்ய ரூலெட்டை விளையாடக்கூட நீங்கள் தயார் என்றால் நான் உங்களுக்காக இன்னும் கூட ஆபத்தான வேறொரு விளையாட்டை ஆயத்தமாக வைத்திருக்கிறேன்" என்று அவனிடம் சொன்னாள் ஹெய்லி.

'அந்தக் காலகட்டத்தில் நமது ஊர் வரை ரயில்பாதை போடப் பட்டிருக்கவில்லை. அது இங்கிருந்து இரண்டு மைல் தள்ளித்தான் இருந்தது, அதிலும் அந்த இடத்தில் எந்த ரயிலும் நிற்காது. வார்ஸா விலிருந்து லாவ் வரை செல்லும் ரயில்தான் அந்தப் பாதையில் போய்க் கொண்டிருந்தது,

"புகைவண்டி அந்தப் பகுதியைக் கடந்து செல்வதற்குச் சற்று முன்பு நீ தண்டவாளத்தின் மீது படுத்துக் கொண்டு விட வேண்டும்.

---

* ரஷ்ய ரூலெட் – இது ஒரு அபாயகரமான விளையாட்டு. துப்பாக்கியின் ஏதாவது ஒரு அறையில் மட்டுமே குண்டு வைக்கப்பட்டுத் துப்பாக்கியின் உருளை சுழற்றி விடப்படும். பிறகு துப்பாக்கி முனையைத் தன் தலைக்கு நேராக வைத்தபடி சுட்டுக்கொள்ள வேண்டும். குண்டு குறிப்பிட்ட இடத்தி லிருந்தால் மரணம், அப்படி இல்லையென்றால் பிழைக்கலாம்.

உயிர் வாழ வேண்டும் என்பது உன் விதியானால் நீ பிழைத்துக் கொள்வாய். அதில் பயப்பட எதுவுமில்லை. ஆனால் ஒருக்கால் உனக்கு விதியின் மீது நம்பிக்கை இல்லையென்றால்" என்று இப்படி ஒரு திட்டத்தை விதியை நம்புபவனிடம் வைத்தாள் ஹெய்லி.

நாங்களெல்லாம் விழுந்து விழுந்து சிரித்துக் கொண்டிருந்தோம். ஏதாவது ஒரு காரணத்தை முன்வைத்து இதிலிருந்து அவன் பின்வாங்கி விடக்கூடும் என்றே நாங்கள் உறுதியாக நினைத்தோம். தண்டவாளத்தின் மீது படுத்தால் மரணம் நிச்சயம்.

ஆனால் விதியை நம்பும் அவனோ இப்படிச் சொன்னான்:

"இதுவும் கூட ரஷ்ய ரூலெட் போல ஒரு விளையாட்டுத்தான். விளையாட்டு என்று வந்துவிட்டால் சக போட்டியாளரும் கூடக் கட்டாயம் ஏதேனும் ஒன்றைப் பணயம் வைத்தே ஆக வேண்டும்" என்றவன் மேலும் தொடர்ந்தான்.

"நான் தண்டவாளத்தின் மீது படுத்துக்கொள்ள சம்மதிக்கிறேன், ஆனால் நான் உயிர் பிழைத்து விட்டால் ஓஸெர் ருபின்ஸ்டினுடனான திருமண ஒப்பந்தத்தை முறித்துக் கொண்டு என்னைத் திருமணம் செய்து கொள்வதாக நீயும் எனக்குப் புனிதமான ஒரு சத்தியத்தைச் செய்து தர வேண்டும்"

நாங்கள் கூடியிருந்த இடத்தில் மயான அமைதி நிலவியது. வெளிறிப்போயிருந்த ஹெய்லி "நல்லது, அப்படியே செய்யலாம். உன் நிபந்தனைகளை நான் ஏற்றுக்கொள்கிறேன்" என்றாள் அவள்.

"எங்கே எனக்கு சத்தியம் செய்து கொடு" என்றான் அவன்.

அவன் கைகளைப் பற்றிக் கொண்டு வாக்களித்த ஹெய்லி, "எனக்குத் தாய் இல்லை, அவள் காலராவில் இறந்துவிட்டாள். அவளது ஆத்மாவின் மீது சத்தியம் செய்து தருகிறேன். நீ உன் வாக்கைக் காப்பாற்றினால் நானும் அவ்வாறே செய்வேன். நான் அப்படிச் செய்யத் தவறினால் என் மதிப்பு குன்றிப்போகட்டும், என் கௌரவம் கறை படிந்ததாகட்டும்." எங்கள் எல்லாரையும் பார்த்தபடி அவள் மேலும் தொடர்ந்தாள்.

"நீங்கள் எல்லோரும் இதற்குச் சாட்சி. நான் சொன்ன சொல் தவறினால் நீங்கள் என் மீது காறி உமிழலாம்."

'சரி மீதத்தை நான் சுருக்கமாகச் சொல்லி முடித்து விடுகிறேன்' என்று என்னிடம் பேச்சைத் தொடர்ந்தார் செயலாளர்.

'எல்லாமே அன்று மாலை முடிவு செய்யப்பட்டு விட்டது. மதியம் இரண்டு மணி அளவில் ரயில் எங்கள் ஊரை ஓட்டிச் செல்லும். நாங்கள் எல்லாரும் தண்டவாளத்தின் அருகே ஒன்றரை மணிக்குக் கூடிவிட வேண்டுமென முடிவு செய்தோம், உண்மை யிலேயே அவன் விதியை நம்புகிறவன்தானா அல்லது வீண் ஜம்பம்

அடிக்கிறானா என்பது அப்போது வெளிப்பட்டு விடும். பெரியவர் களுக்குத் தெரிந்தால் மிகவும் பதட்டத்துக்கு ஆளாகி விடுவார்கள் என்பதால், இந்த விஷயத்தை எங்களுக்குள் மட்டுமே ரகசியமாக வைத்துக்கொள்ள முடிவு செய்தோம்.

அன்று இரவு முழுவதும் நான் தூங்கவே இல்லை; நான் அறிந்தவரை எவருமே தூங்கவில்லை என்றுதான் சொல்ல வேண்டும். கடைசி நிமிடத்தில் அவன் மனம் மாறிப்போய் எடுத்த முடிவில் பின்வாங்கி விடுவான் என்றே நாங்கள் உறுதியாக நினைத் துக் கொண்டிருந்தோம்.

ரயில் கண் பார்வையில் பட்டவுடனோ அல்லது தண்டவாளம் அதிரத் தொடங்கிய உடனே நாங்கள் எல்லோரும் சேர்ந்து அந்த விதியை நம்புபவனை வலுக்கட்டாயமாக அங்கிருந்து அகற்றி விட வேண்டுமென்றும் கூட ஒரு சிலர் யோசனை தெரிவித்தார்கள். ஆனால் இப்படிப்பட்ட எல்லா விஷயங்களுமே திகிலூட்டக்கூடிய அளவுக்கு அபாயகரமாக இருந்தன. இப்போது இந்த நிமிடம் இதைப் பற்றிப் பேசும்போதுகூட என் உடலுக்குள் ஒரு நடுக்கம் பரவுவதை உணர முடிகிறது.

மறுநாள் நாங்கள் சீக்கிரமே எழுந்து கொண்டோம். சிற்றுண்டி யைத் தொண்டைக்குள் விழுங்கக்கூட முடியாதபடி நான் பயந்து போயிருந்தேன். லெர்மெண்டோவின் புத்தகத்தை நாங்கள் படிக் காமல் இருந்திருந்தால் இவ்வளவும் நடந்திருக்காது.

எங்கள் கூட்டத்தைச் சேர்ந்த எல்லோரும் அந்த இடத்துக்குப் போகவில்லை, ஹெய்லி மிண்ட்ஸ் உட்பட ஆறு பையன்களும் நான்கு பெண்களும் மட்டும்தான். வெளியே உறைய வைக்கும் குளிர். 'விதியை நம்புபவன்' ஒரு மெல்லிய ஜாக்கெட்டும் தொப்பியும் அணிந்திருந்தது எனக்கு நினைவிருக்கிறது.

ஊர்ப்புறத்தில் இருக்கும் ஸமோச்க் சாலையில் நாங்கள் சந்தித்தோம்.

"ஷ்வார்ட்ஸ், நேற்று இரவு எப்படித் தூங்கினாய்" என்று அவனிடம் கேட்டேன்.

"எல்லா இரவுகளையும் போலத்தான்."

அவன் மனதில் என்ன எண்ணம் ஓடுகிறது என்பதை உள்ளபடி தெரிந்து கொள்ள எவராலும் முடியவில்லை. ஆனால் அப்போது தான் டைஃபாய்ட் காய்ச்சலிலிருந்து குணமானவள் போல ஹெய்லி வெளுத்துப் போயிருந்தாள்.

"நீ ஒரு மனிதனை அவனது மரணத்தை நோக்கி அனுப்பிக் கொண்டிருக்கிறாய் என்பது உனக்குத் தெரிந்திருக்கிறதா" என்று அவளிடம் கேட்டேன்.

“நான் ஒன்றும் அனுப்பவில்லை. மனத்தை மாற்றிக்கொள்ள அவனுக்கு நிறைய நேரம் இருக்கிறது” என்றாள் அவள்.

வாழும் வரை அந்த நாளை என்னால் ஒருபோதும் மறக்க முடியாது. எங்கள் எவராலுமே மறக்க முடியாது. நாங்கள் நடந்து சென்றபோது முழு நேரமும் எங்கள் மீது பனி பொழிந்து கொண்டே இருந்தது. தண்டவாளத்தின் அருகே நாங்கள் நெருங்கி விட்டோம். பனிப்பொழிவு காரணமாக ரயில் ஓடாமல் இருக்கலாமோ என்று நான் நினைத்தேன், ஆனால் யாரோ வேண்டுமென்றே அதை அப்புறப்படுத்தியிருந்தார்கள். ஒரு மணி நேரம் முன்பாகவே நாங்கள் அந்த இடத்துக்கு வந்துவிட்டோம்; நான் செலவழித்த நேரங்களிலேயே எனக்கு மிக நீண்டதாகத் தோன்றியது அந்த ஒரு மணி நேரம்தான்.

ரயில் வந்து சேரக் குறிக்கப்பட்டிருந்த நேரத்துக்குப் பதினைந்து நிமிடம் முன்பு ஹெய்லி இவ்வாறு சொன்னாள்,

“ஷ்வார்ட்ஸ், நான் எல்லாவற்றைப் பற்றியும் யோசித்துப்பார்த்து விட்டேன். எனக்காக நீ உயிர் விடுவதில் எனக்கு விருப்பமில்லை. தயவு செய்து எனக்கொரு உதவி செய், இந்த விஷயம் முழுவதையும் அப்படியே மறந்து விடு”

அவன் அவளைப் பார்த்து இப்படிக் கேட்டான்,

“ஓ அப்படியென்றால் நீ உன் மனதை மாற்றிக் கொண்டு விட்டாயா? ஏதாவது செய்து அந்த ஹ்ரூபீஸோக்காரனை உன்னுடையவனாக்கிக் கொள்ள வேண்டுமென்று விரும்புகிறாய் ஹ்ம் அப்படித்தானே”

“இல்லை, அந்த ஊர்க்காரனைப்பற்றி எனக்குக் கவலையில்லை. உன் உயிரைப் பற்றித்தான் கவலைப்படுகிறேன். உனக்கு ஒரு தாய் இருக்கிறார் என்று அறிந்து கொண்டேன். என்னை முன்னிட்டு அவர் தன் மகனை இழக்க நேருவதை நான் விரும்பவில்லை” என்றாள் அவள்.

இந்தச் சொற்களுமே பெரும் தடுமாற்றத்தோடுதான் அவளிடமிருந்து வெளிப்பட்டன. இதைச் சொல்லியபடி நடுங்கிக் கொண்டிருந்தாள் அவள்.

“இதோ பார், நீ சொன்ன சொல் தவறாமல் இருந்தால் நானும் என் வாக்கைக் காப்பாற்றுவேன், ஆனால் ஒரே ஒரு நிபந்தனை. சற்றுத் தள்ளி நின்றுகொள். கடைசி நிமிடத்தில் என்னைப் பின் வாங்கச்சொல்லி நீ வற்புறுத்தப் பார்த்தால் அவ்வளவுதான் விளையாட்டு அதோடு முடிந்தது” என்று சொல்லிக் கொண்டே வந்த ‘விதியை நம்புபவன்’ திடீரென்று கூச்சலிட்டான்.

“எல்லோரும் இருபது தப்படி விலகிச்செல்லுங்கள்.”

அவனது வார்த்தைகள் மாய மந்திரம் போல எங்களைக் கட்டிப்போட்டன. நாங்களும் பின்வாங்கத் தொடங்கினோம்.

அவன் மீண்டும் இவ்வாறு குரலெழுப்பிக் கத்தினான்.

“என்னை எவராவது தள்ளிவிட முயற்சித்தால் அவனுடைய கோட்டைப்பிடித்து இழுத்து என் பக்கம் தள்ளிக் கொண்டு விடுவேன், அப்புறம் அவனும் என் விதியில் பங்கு போட வேண்டியதாகி விடும்.”

அது எவ்வளவு அபாயகரமானதாக இருக்கும் என்பதை நாங்கள் உணர்ந்து கொண்டோம். தண்ணீரில் மூழ்குபவனைக் காப்பாற்றுவதாகச் சென்று கூடவே தானும் மூழ்கிப்போக நேர்வது பல முறை சம்பவித்திருப்பதுதான்.

நாங்கள் பின்புறம் நகர்ந்த அளவில் தண்டவாளம் லேசான ஒலியோடு அதிரத்தொடங்கியது. ரயிலின் விசில் சத்தத்தையும் நாங்கள் கேட்டோம். நாங்கள் எல்லோரும் ஒன்றாகக் குரல் கொடுத்தோம்.

“ஷ்வார்ட்ஸ், அப்படிச் செய்ய வேண்டாம். ஷ்வார்ட்ஸ் கொஞ்சம் தயவு செய்.” ஆனால் நாங்கள் கத்திக் கொண்டிருக்கும்போதே அவன் தண்டவாளத்தின் குறுக்கே நீட்டிப்படுத்து விட்டான். அங்கே ஒரு ரயில் பாதை மட்டுமே இருந்தது. வந்திருந்த பெண்களில் ஒருத்தி மயக்கம் போட்டு விழுந்து விட்டாள். இன்னும் ஒரு நொடிக்குள் ஒரு மனித உடல் இரு கூறாக சிதைவதைப் பார்க்கப் போகிறோம் என்பது எங்களுக்கு உறுதியாகி இருந்தது. அந்தச் சில வினாடிகளில் நான் எப்படித் தவித்தேன் என்ன பாடுபட்டேன் என்பதையெல்லாம் இப்போது உங்களிடம் என்னால் விவரிக்கக்கூட இயலாது. அளவுக்கு மீறிய உணர்ச்சிக் கொந்தளிப்பால் என் இரத்தம் கொதிக்கத் தொடங்கியிருந்தது. சரியாக அந்த நேரத்தில் கிறீச்சென்ற பலத்த சத்தம்கேட்டது. ‘விதியை நம்புபவன்’ இருந்த இடத்துக்குச் சரியாக ஒரு கஜ தூரத்துக்கு முன் ரயில் ஒரு பெரிய குலுக்கலோடு நின்றது.

பனி மூட்டத்துக்கு இடையே ரயில் ஓட்டும் பொறியாளரும், நெருப்புப் போடும் உதவியாளரும் இறங்கி வருவது என் கண்ணில் பட்டது. அவர்கள் இருவரும் அவனைப் பார்த்து சத்தம் போட்டுக் கொண்டே தண்டவாளத்திலிருந்து அவனை அங்கிருந்து இழுத்து வெளியேற்றினர். ரயில் பயணிகள் பலரும் கூடக் கீழே இறங்கி யிருந்தனர். எங்களில் சிலர் கைதாகி விடுவோமோ என்ற அச்சத்தில் ஓடி விட்டனர். பெரிய கூச்சலும் குழப்பமுமாக இருந்தது. நான் மட்டும் இருந்த இடத்தை விட்டு நகராமல் நடப்பதையெல்லாம்

கவனித்துக் கொண்டிருந்தேன். ஹெய்லி என்னிடம் ஓடோடி வந்து தன் கைகளை என் தோளில் போட்டபடி கதறியழத் தொடங்கினாள். அது, வெறும் அழுகையாக இல்லை ஒரு மிருகத்தின் உறுமலைப் போலத்தான் அது இருந்தது.

'சரி ஒரு சிகரெட் இருந்தால் கொடு, என்னால் இதற்கு மேல் அதைப் பற்றிப் பேச முடியவில்லை, மூச்சுத் திணறுவது போல் இருக்கிறது மன்னித்துக்கொள்.' செயலாளரிடம் ஒரு சிகரெட்டைக் கொடுத்தேன். அதைப் பிடித்திருந்த அவரது விரல்களுக்கிடையே அது நடுங்கியதை என்னால் பார்க்க முடிந்தது. புகையை வெளியில் விட்டுக் கொண்டே "நடந்த கதை இதுதான்" என்றார் அவர்.

"அவள் அவனைத் திருமணம் செய்து கொண்டாளா" என்று கேட்டேன் நான்.

"அவர்களுக்கு இப்போது நான்கு குழந்தைகள்."

"சரியான சமயத்தில் ஓட்டுநர் வண்டியை நிறுத்தியிருக்க வேண்டும் என்று நினைக்கிறேன்" என்றேன்.

"ஆமாம் ஆனால் ரயில் சக்கரங்கள் அவனிருந்த இடத்திலிருந்து ஒரு கஜ தூரத்தில்தான் இருந்தன."

"அப்படியென்றால் இது விதியின் செயல்தான் என்பதில் உங்களுக்கும் நம்பிக்கை ஏற்பட்டு விட்டதென்று சொல்லுங்கள்."

"இந்த உலகத்தின் செல்வ வளங்கள் எல்லாவற்றையும் நீங்கள் எனக்குத் தருவதாக இருந்தாலும் இப்படி ஒரு பந்தயத்துக்கு நான் துணியமாட்டேன்."

"அவன் இன்னும் விதியை நம்பிக் கொண்டுதான் இருக்கிறானா?"

"ஆமாம் இன்னும் அப்படித்தான்."

"மறுபடியும் இப்படி ஒரு காரியத்தைச் செய்ய அவன் துணிவானா?"

"ஹெய்லிக்காகச் செய்யமாட்டான்" என்றபடியே புன்னகைத் தார் செயலாளர்.

○

மரேய் என்னும் குடியானவன்

ஃபியதோர் தஸ்தயெவ்ஸ்கி

அது ஈஸ்டர் வாரத்தின் இரண்டாம் நாள்; திங்கட்கிழமை. இதமான வெம்மையுடன் கூடிய காற்று, தெளிவான நீல வானம், உச்சி வெயிலின் பளிச்சிடும் ஒளி, இதமளிக்கும் வெப்பம் என்று எல்லாம் இருந்தபோதும் என் ஆன்மா மட்டும் இருளில் மூழ்கிக் கிடந்தது. சிறை வளாகத்துக்குள், அங்கிருந்த சிறைக்கூடங்களுக்குப் பின்னால் இலக்கற்று வளைய வந்து கொண்டிருந்தேன். சிறையின் உறுதியான தடுப்பு வேலியைப் பார்த்தபடி அதன் முட்கம்பிகளை இயந்திரத்தனமாக எண்ணிக் கொண்டிருந்தேன். அப்படி அதை எண்ண வேண்டும் என்ற தூண்டுதல் எதுவும் இல்லையென்றாலும் அது ஏனோ என்னிடம் ஒரு வழக்கமாகிவிட்டிருந்தது. அன்று, சிறை விடுமுறைக் காலத்தின் இரண்டாவது தினம். கைதிகள் எந்த வேலைக்காகவும் வெளியே அனுப்பப்படவில்லை. நிறைய பேர் குடிபோதையில் இருந்தார்கள். ஒருவரோடு ஒருவர் சண்டை போட்டுக் கொண்டும் ஒருவரைஒருவர் திட்டிக் கொண்டும் இருந் தார்கள். சிறையின் பல மூலைகளிலிருந்தும் அந்தச் சத்தம் எழுந்தபடி இருந்தது. வெறுப்பூட்டும் அருவருக்கத்தக்க பாடல்கள், கல்திண் ணைப் படுக்கைகளுக்குப் பக்கத்தில் உட்கார்ந்தபடி சீட்டாடிக் கொண்டிருந்த கைதிகள், மூர்க்கமாக நடந்து கொண்டதால் தங்கள் சக கைதிகளாலேயே பயங்கரமான தாக்குதல்களுக்கும் அடிதடிகளுக்கும் ஆளாகிப் பாதி உயிர் போன நிலையில் ஆட்டுத்தோல் போர்வை போர்த்தியபடி நினைவு திரும்பும் வரை கல்திண்ணைப் படுக்கையில் குற்றுயிராய்ப் படுத்துக்கிடக்கும் சில கைதிகள், ஏற்கனவே பலமுறை

உள்ளே செலுத்தி உருவப்பட்டிருக்கும் கத்திகள்*. கடந்த இரண்டு நாட்களாக என்னைச் சித்திரவதை செய்து கொண்டிருந்த இவற்றின் பாதிப்பால் நான் கிட்டத்தட்ட நோயுற்றிருந்தேன் என்றே சொல்லலாம். குறிப்பாக இந்த இடத்தில் இந்தக் குடிகாரர்கள் போடும் சத்தத்தையும் ஒழுங்கீனமான அவர்களின் செயல்களையும் அருவருப்பில்லாமல் சகித்துக்கொள்ள என்னால் கொஞ்சமும் முடியவில்லை. அவை எனக்கு வெறுப்பேற்றுவனவாக இருந்தன. இப்படிப்பட்ட நாட்களில் சிறை அதிகாரிகளும் கூட அவர்களை அதிகம் சோதனை போடுவதோ கண்காணிப்பதோ வோட்கா அருந்துகிறார்களா என்பதைக் கண்டுகொள்வதோ இல்லை. ஒதுக்கப்பட்டவர்களான இவர்களை வருடத்தில் ஒரு முறையாவது இப்படிக் களியாட்டம் போடவிடவேண்டும் என்பதையும் இல்லையென்றால் நிலைமை இன்னும் மோசமாகி விடலாம் என்பதையும் அவர்கள் புரிந்து வைத்திருந்தார்கள்.

திடீரென்று கையாலாகாத ஒரு சினம் குபீரென்று என்னுள் மூண்டெழுந்தது. அரசியல் கைதியும் போலிஷ்நாட்டவருமான மிர்ட்ஸ்கியை நான் வழியில் எதிர்பட நேர்ந்தது. இருண்ட பார்வையோடும் கோபம் கனலும் விழிகளோடும் துடிக்கும் உதடுகளோடும் 'நான் இந்தத் திருட்டுப்பயல்களை வெறுக்கிறேன்' என்று தணிந்த குரலில் என்னிடம் கிசுகிசுப்பாய்ச் சொன்னபடி கடந்து சென்றார் அவர். நான் சிறைக்குள் திரும்பி வந்தேன். கால் மணி நேரம் முன்புதான் பைத்தியம் பிடித்தது போல அங்கிருந்து வேகமாக வெளியேறி இருந்தேன் நான். அப்போது ஆஜானுபாகுவான ஆறு மனிதர்கள், குடிபோதையில் இருந்த டார்டார்** ஜேஸின் மீது பாய்ந்து அவனைத் தாறுமாறாக அடித்து நொறுக்கிக் கொண்டிருந்தார்கள். காட்டுமிராண்டித்தனமாக அவர்கள் அடித்த அடியில் அங்கே ஓர் ஒட்டகம் இருந்தால் அதற்குக்கூட உயிர் போயிருக்கும், ஆனால் ஹெர்குலிஸ் போல இருந்த அவனைக் கொல்வது அத்தனை சுலபம் இல்லை என்று அவர்களுக்குத் தெரிந்திருந்ததால் எந்தத் தயக்கமும் இல்லாமல் அவனை அடி வெளுத்து வாங்கிக் கொண்டிருந்தார்கள். இப்போது நான் அறைக்குத் திரும்பி வந்து பார்க்கும் போது மூலையில் இருந்த ஒரு படுக்கையில் மூர்ச்சையாய்க் கிடந்தான் ஜேஸின். அவன் உயிரோடு இருப்பதற்கான எந்த அடையாளமும் இல்லை. அவனது உடல் ஆட்டுத்தோலால் மூடியிருந்தது; அவனைச் சுற்றி பலரும் மௌனமாக நடமாடிக் கொண்டிருந்தார்கள்;

---

* சிலுவையில் ஏசு இறந்தபோது சுற்றியிருந்த ரோமானியக் காவலர்கள் நடந்து கொண்ட முறையைக் குறிப்பாக உணர்த்துகிறது.
** டார்டார் ரஷ்யாவில் இருக்கும் துருக்கி மொழி பேசும் சிறுபான்மை இனத்தினர்.

ஒருவேளை மறுநாள் காலையிலேயே அவனுக்கு நினைவு திரும்பி வந்துவிடக்கூடும் என்ற உறுதியான நம்பிக்கை அவர்களுக்கு இருந்திருக்கலாம், அல்லது அதிர்ஷ்டம் அவனுக்குச் சாதகமாக இல்லையென்றால் இந்த அளவுக்கு அடி வாங்கியதில் அவன் இறந்தும் போய்விடலாம்.

நான் இரும்புக்கிராதி போட்ட ஜன்னலுக்கு எதிர்ப்புறம் எனக்கென்று ஒதுக்கப்பட்டிருந்த இடத்துக்கு நகர்ந்து சென்று மல்லாந்து படுத்தபடி என் கைகளைத் தலைக்குக் கீழே கோர்த்துக் கொண்டு கண்களை மூடிக் கொண்டேன். அப்படிப் படுத்திருக்கவே நான் விரும்பினேன்.

தூங்கிக் கொண்டிருக்கும் மனிதனை யாரும் தொந்தரவு செய்ய மாட்டார்கள், மேலும் அப்போது கனவு காணலாம், சிந்திக்கலாம். ஆனால் எனக்குக் கனவு காண்பது கடினமாக இருந்தது. என் இதயம் அமைதியின்றிப் படபடத்துக் கொண்டிருந்தது. 'நான் இந்தத் திருட்டுப்பயல்களை வெறுக்கிறேன்' என்ற மிர்ட்ஸ்கியின் சொற்கள் காதுக்குள் எதிரொலித்துக் கொண்டிருந்தன ஆனால் அதைப் பற்றியெல்லாம் விவரிப்பானேன்? இப்போதும் கூட சில சமயங்களில் அந்த நாட்களைக் குறித்த கனவுகளை நான் கண்டு கொண்டுதான் இருக்கிறேன், இரவு வேளைகளில். நான் காணும் வேறெந்தக் கனவும் அப்படிப்பட்ட தாங்கொணாத துயர் தருவதாய் இருந்ததே இல்லை. குறிப்பாகச் சொல்ல வேண்டுமென்றால் என் சிறை வாழ்க்கையைப் பற்றி இதுவரை– ஒரே ஒருமுறை தவிர – நான் எழுத்தில் பதிவு செய்ததே இல்லை. பதினைந்து ஆண்டுகளுக்கு முன் நான் எழுதிய 'மரண வீட்டின் குறிப்புகள்' என்ற நாவலில் தன் மனைவியைக் கொலை செய்த கற்பனையான ஒரு பாத்திரம் இடம் பெற்றிருந்தது. என் புத்தகம் வெளிவந்த அன்றுமுதல் இன்றுவரை மனைவியைக் கொலை செய்த அந்தக் குற்றவாளி நான்தான் என்றும், சைபீரியக் கடுங்காவல் தண்டனையில் நான் அனுப்பப்பட்டதுகூட அதற்காகத்தான் என்றும் இன்னும் கூட சிலர் நினைத்துக் கொண்டிருக்கிறார்கள் என்பது ஒரு சுவாரசியமான தகவல்.

படிப்படியாக என் சுற்றுப்புறத்தை மறந்து என் ஞாபகங்களுக்குள் மூழ்கிப்போகத் தொடங்கி விட்டேன். நான்காண்டு சிறைவாசத்தில் தொடர்ச்சியாக என் கடந்த காலங்களைப் பற்றியே எண்ணிக் கொண்டிருந்த நான் அந்த நினைவுகள் வழியாக என் கடந்த காலத்திலேயே வாழத் தொடங்கிவிட்டது போலக்கூடத் தோன்றியது. அப்படிப்பட்ட ஞாபகங்கள் தாமாகவே என்னுள் கிளர்ந்தெழும்; நானாக பிரக்ஞைபூர்வமாக அவற்றை எழுப்ப முயன்றதில்லை. ஏதாவது ஒரு புள்ளியில் கவனத்திலேயே தங்கியிருக்காத ஏதேனும் ஒரு அற்ப விஷயத்தில் அது தொடங்கும், பிறகு கொஞ்சம் கொஞ்சமாக அது விரிவடைந்து கொண்டே சென்று தெளிவான முழுமையான ஒரு சித்திரமாகப் புலனாகிவிடும். அவற்றை நான் எனக்குள்

பல விதமாக அலசிப் பார்ப்பேன், எத்தனையோ காலத்துக்கு முன்பு நிகழ்ந்த ஒரு விஷயத்தைப் புதிது புதிதாய் மெருகேற்றிப் பார்ப்பேன்.

அதற்கெல்லாம் மேலாக சில சமயம் நான் அவற்றைத் திருத்தவும் கூடச் செய்வேன், சொல்லப்போனால் இடைவிடாமல் திருத்துவேன், அது எனக்கு மிகவும் மகிழ்ச்சி தருவதாக இருக்கும்.

இப்போது ஏனோ எந்தக் காரணத்தாலோ நான் ஒன்பது வயதுச் சிறுவனாக இருந்த அந்தப் பால்யப் பருவத்தின் கண்டு கொள்ளாத ஒரு நொடி மின்னலடிக்கும் ஒரு கணம் சட்டென்று என் நினைவில் எழுந்தது. முழுக்க முழுக்க மறந்து போய்விட்டதாக நான் நினைத்துக் கொண்டிருந்த ஒரு கணம் அது. ஆனால் அப்போது அந்தச் சிறைவாச நாட்களில் என்றோ எந்தக் காலத்திலோ நடந்த என் குழந்தைப்பிராய நினைவுகளை மீட்டெடுத்துப் பார்ப்பதில் எனக்குத் தனிப்பட்ட பிரியம் இருந்தது.

எங்கள் கிராமத்தின் ஒரு ஆகஸ்ட் மாதத்து நாள் என் நினைவில் எழுந்தது. காற்றும் குளிரும் ஒரு பக்கம் இருந்தாலும் மழை இல்லாத வெளிச்சமான நாள்தான் அது. கோடைக்காலம் முடியும் சமயம் நெருங்கிக் கொண்டிருந்தது. சீக்கிரமே நாங்கள் மாஸ்கோ போயாக வேண்டும், சலிப்பூட்டும் ஃபிரெஞ்சுப் பாடங்களுக்குள் குளிர்காலம் முழுவதையும் கழிக்க வேண்டும்.

எனக்குக் கிராமத்தை விட்டுச் செல்ல நேர்வது வருத்தமாக இருந்தது. கதிரடித்துக் கொண்டிருந்த சமநில வயல் பகுதிகளைத் தாண்டி ஒரு பள்ளத்தாக்கிற்குள் இறங்கி சரிவில் இருந்த அடர்த்தியான புதர்கள் வழி மேலேறிச்சென்றேன். பள்ளத்தாக்கின் மறுபகுதியில் அந்தப் புதர்கள் முடியும் இடத்தில் ஒரு குறுங்காடு இருந்தது. காட்டுப்புதர்களுக்கு நடுவே நான் இறங்கியபோது எனக்கு மிக அண்மையில் முப்பது தப்படியில் ஒரு குடியானவன் சிறிய நிலப்பரப்பொன்றைத் தனியாக உழுது கொண்டிருக்கும் சத்தம் கேட்டது.

செங்குத்தான மலைப்பகுதியில் அவன் உழுது கொண்டிருக்கிறான் என்பதும் அவனது குதிரை அதற்காக மிகவும் கடினமாக முயற்சி செய்து கொண்டிருக்கிறது என்பதும் எனக்குப் புரிந்தது. அவ்வப்போது "ம், மேலே போ ம் ம், மேலேமேலே இன்னும் மேலே போ" என்று அதை அவன் தூண்டிவிடும் சத்தமும் மிதந்து வந்து என்னை அடைந்தது. கிட்டத்தட்ட எங்கள் குடியானவர்கள் எல்லோரையுமே எனக்குத் தெரியும்; ஆனால் இப்போது இங்கே உழுது கொண்டிருப்பவன் யார் என்று எனக்குத் தெரியவில்லை. மேலும் என்னுடைய வேலைகளில் மும்முரமாக இருந்ததால் அது யார் என்பதைப்பற்றி நான் கவலைப்படவும் இல்லை. 'ஹேஸல்நட்' மரங்களிலிருந்து சின்னச்சின்னக் குச்சிகளை ஒடித்துச் சாட்டையாக்கி அவற்றால் தவளைகளைச் சுண்டி விடுவதில் நான் ஈடுபட்டிருந்தேன்.

'ஹேஸல்' மரத்தின் குச்சிகள் சாட்டைகளாகச் சொடுக்க மிகவும் ஏற்றவை, ஆனால் அவை 'பிர்ச்' மரக்குச்சிகளை விட மிகவும் மெலிதானவை என்பதால் எளிதில் உடைந்து போய்விடக் கூடியவைகளாகவும் இருந்தன.

அங்கே இருந்த வண்டுகளையும் பூச்சிகளையும் ஆர்வமாய்ப் பார்த்தபடி அவற்றையும் நான் சேகரித்துக் கொண்டிருந்தேன். அவை களில் சில மிக மிக அழகாக இருந்தன. கறுப்பு நிறப் புள்ளிகளோடு சிவப்பு மஞ்சள் நிறங்களில் சுறுசுறு என்று நகரும் சிறிய பச்சோந்தி களையும், பல்லிகளையும், ஓணான்களையும் எனக்குப் பிடித்திருந்தது. ஆனால் பாம்புகளுக்கு மட்டும் நான் பயந்தேன். ஆனால் பல்லி களையும் ஓணான்களையும் விட பாம்புகள் குறைவாகவே இருந்தன. அங்கே காளான்குடைகளும் அதிகம் தென்படவில்லை. காளான் வேண்டுமென்றால் 'பிர்ச்' மரங்களுக்குப் பக்கத்தில் போக வேண்டும். நான் அங்கே போகலாமென்று நினைத்தேன். காளான்களும் காட்டு 'பெரி'களும் வண்டுகளும் தட்டாம்பூச்சிகளும் பறவைகளும் நிறைந்திருக்க, முள்ளம்பன்றிகளும் அணில்களும் ஓடிக் கொண்டி ருக்கும் காட்டை விட மக்கிப்போன இலைகளின் வாசம் வீசும் காட்டை விட இந்த உலகத்தில் நான் வேறெதையுமே அதிகமாக நேசிக்கவில்லை.

இதை எழுதிக் கொண்டிருக்கும் இப்போதும் கூட எங்கள் 'பிர்ச்' மரக்காட்டின் வாசத்தை என்னால் நுகர முடிகிறது. இப்படிப் பட்ட அனுபவங்கள் வாழ்க்கை முழுவதும் உங்களுடனேயே தங்கி யிருப்பவை. மரண அமைதி நிலவிய அந்த இடத்தில் திடீரென்று "ஓநாய் ஓநாய்" என்று ஒரு கூச்சல் மிகத் தெளிவாக, துல்லியமாகக் கேட்டது. நானும் பயந்து போய்க் கூச்சலிட்டேன். உச்சபட்சக் குரலில் அலறியபடி குடியானவன் உழுது கொண்டிருந்த பகுதியை நோக்கி வேகமாக ஓடினேன்.

அங்கே இருந்தது எங்கள் குடியானவன் மரேய். அப்படி ஒரு பெயர் இருக்கிறதா என்று எனக்குத் தெரியாது. ஆனால் எல்லோருமே அவனை மரேய் என்றுதான் கூப்பிடுவது வழக்கம். கிட்டத்தட்ட ஐம்பது வயது நிரம்பிய அந்தக் குடியானவன் நல்ல பருமனும் சராசரிக்கு மேற்பட்ட உயரமும் உடையவன். அடர்த் தியான அவனது செம்பழுப்பு நிறத் தாடியில் ஆங்காங்கே சில நரை முடிகள் தெரிந்தன. எனக்கு அவனைத் தெரிந்திருந்தபோதும் இதுவரை நான் அவனோடு பேசியதே இல்லை.

என் கூச்சலைக் கேட்டதும் அவன் தன் கிழட்டுக் குதிரையை ஓட்டுவதைக்கூட நிறுத்தி விட்டான். என்னைக் கட்டுப்படுத்திக் கொள்ள முடியாமல் அவனது மரக்கலப்பையை ஒரு கையாலும் மற்றொரு கையால் அவனது சட்டையையும் பிடித்துக் கொண்ட

போதுதான் நான் எந்த அளவுக்கு மிரண்டு போயிருக்கிறேன் என்பதை அவன் தெரிந்து கொண்டான்.

“அங்கே ஒரு ஓநாய் இருக்கு” என்று மூச்சு வாங்கிக் கொண்டே கதறினேன்.

அவன் தலை தன்னிச்சையாக உயர்ந்தது. என்னை நம்புபவன் போல ஒரு கணம் சுற்றுமுற்றும் பார்த்தான்.

“ஓநாயா? எங்கே இருக்கு?”

“யாரோ கத்தினாங்க இப்பத்தான் ஓநாய் ஓநாய்னு கத்தினாங்க” என்றபடி திக்கித் திணறினேன்.

“சே சே அதெல்லாம் எதுவுமே இங்கே இல்லை, இதோ பாரு குட்டிப்பையா என்னைக் கொஞ்சம் பாரேன், இங்கே அந்தமாதிரி ஓநாயெல்லாம் ஏதும் இல்லை, சரியா” என்று மெல்லச் சொல்லிய படி என்னை அமைதிப்படுத்த முயன்றான். “நீ ஏதோ கனவு கண்டி ருக்கே பையா, இங்கே ஓநாய் இருக்குன்னு யாருமே கேள்விப் பட்டதில்லை.”

ஆனால் என் உடல் முழுவதும் வெடவெடத்துக் கொண்டிருக்க நான் அவனது அங்கியை இன்னும் இறுகப் பிடித்துக் கொண்டி ருந்தேன். அப்போது நான் மிகவும் வெளிறிப்போயிருக்க வேண்டும் என்று தோன்றுகிறது. அவன் என்னைக் கவலை தோய்ந்த புன்னகை யோடு பார்த்தான். என்னைப்பற்றி அவனுக்கும் கவலை ஏற்பட்டி ருக்க வேண்டும் என்பதை அது வெளிக்காட்டியது.

“இதோ பாரு கண்ணு, என் கண்ணில்லே நீ அட, என் செல்லம்? நீதான் எப்படி பயந்து போயிருக்கே? ஐயோ? பாவம் என்னோட சின்னப் பையன் நீ அப்படியெல்லாம் பயப்படவே வேண்டியதில்லை, நான் இருக்கேன் பார்த்தியா, இதோ பாரு, இங்கே கொஞ்சம் பாரேன்” என்றபடி அவன் தன் கையை நீட்டி சட்டென்று என் கன்னத்தில் வருடித் தந்தான்.

“இதோ பாரு கிறிஸ்து உன்னோடயே இருப்பார், சரியா? சிலுவை போட்டுக்கோ. நல்ல பையனில்லையா நீ?”

ஆனால் நான் சிலுவைக்குறி போட்டுக்கொள்ளவில்லை. பயத்தில் என் உதட்டோரம் இன்னும் துடித்துக் கொண்டுதான் இருந்தது. குறிப்பாக அது அவனைப் பாதித்திருக்க வேண்டும். கறுத்துப்போன நகத்தோடு கூடிய சேறு படிந்த தடிமனான தன் விரலால் நடுங்கிக் கொண்டிருந்த என் உதடுகளை அவன் மெல்லத் தொட்டான்.

“என் கண்ணில்லே என் கண்ணுப் பிள்ளையில்லே” என்று என்னைப் பார்த்துப் புன்னகைத்தான். அந்தப் புன்னகையில் தாய்மை உணர்வின் சாயல் லேசாகத் தென்பட்டது.

"கடவுளே, பாவப்பட்ட இந்தப் பிள்ளைதான் எப்படிப் பயந்து போயிருக்கான்."

இறுதியில் அங்கே ஓநாய் எதுவும் இல்லை என்பதும் 'ஓநாய் ஓநாய்' என்று யாரோ கத்துவதாக நானாகக் கற்பனை செய்து கொண்டிருக்கிறேன் என்பதும் எனக்குப் புரிந்துவிட்டது. ஆனால் அந்தச் சத்தம் என்னவோ தெளிவாகத் துல்லியமாகத்தான் இருந்தது. ஆனால் அப்படிப்பட்ட சத்தங்கள் (ஓநாயைப் பற்றியதாக மட்டும் இல்லையென்றாலும்) இதற்கு முன்னாலும் ஓரிரு முறை நான் கற்பனை செய்து கொண்டவையே என்பதை நான் அறிந்து கொண்டேன். பிறகு சில ஆண்டுகள் கழித்து அப்படிப்பட்ட பிரமைகளிலிருந்து நான் விடுபட்டுவிட்டேன்.

"சரி, நான் போய்ட்டு வரேன்" என்று அவனைப் பார்த்துத் தயக்கத்தோடும் கூச்சத்தோடும் கேட்டேன்.

"சரி வேகமா ஓடு, ஒரே ஓட்டமா ஓடிடு பையா, நான் உன்னைக் கவனிச்சுக்கறேன்" என்றான் அவன்.

"எதுக்கும் பயப்படாதே. அந்த ஓநாய் உன்கிட்டே எப்படி வருதுன்னு நான் பார்த்திடறேன்" என்றும் சொல்லிவிட்டு அதே தாய்மை கலந்த புன்னகையோடு என்னைப் பார்த்துச் சிரித்தான்.

"சரி கிறிஸ்து உன் கூடவே இருப்பார். வேகமா ஓடிடு. ஓடிப் போயிடு சின்னப் பையா" என்று சொல்லியபடி எனக்கு சிலுவைக் குறி போட்டு விட்டுத் தனக்கும் அவ்வாறே போட்டுக் கொண்டான். பத்தடிக்கு ஒரு முறை அவனைத் திரும்பிப்பார்த்தபடியே நான் நடந்தேன். நான் நடந்து சென்றபோது தன் இடத்தை விட்டு சற்றும் நகராமல் தன் பெண்குதிரையோடு அசையாமல் நின்றபடி என்னைப் பார்த்துக் கொண்டிருந்தான் மரேய். ஒவ்வொரு முறை நான் அவனைத் திரும்பிப் பார்த்தபோதும் என்னைப் பார்த்துத் தலை அசைத்துக் கொண்டும் இருந்தான். நான் பயந்து போனதை இந்த அளவுக்கு அவனிடம் வெளிப்படுத்தி விட்டோமே என்று எனக்குக் கொஞ்சம் கூச்சமாக இருந்ததை நான் ஒப்புக்கொள்ளத்தான் வேண்டும். ஆனாலும் நடந்து சென்றபோது ஓநாயைப் பற்றிய பயம் எனக்குள் தொடர்ந்து இருக்கத்தான் செய்தது. பள்ளத்தாக்கின் பாதியில் இருந்த முதல் கதிரடிக்கும் இடத்தையும் நெல் சேமிக்கும் 'குதிரையும் நெருங்கும் வரை அது நீடித்தது. அதற்குப் பிறகு அது மறைந்தே போய் விட்டது. எங்கள் வளர்ப்பு நாயான வோல்ட்சாக் திடீரென்று என்னை நோக்கி ஓடி வருவதைப் பார்த்ததும் அது போயே போய் விட்டது. வோல்ட்சாக்கைப் பார்த்ததும் நான் மிகவும் பாதுகாப்பாய் இருப்பதாய் உணர்ந்தபடி கடைசி முறையாக மரேயைத் திரும்பிப் பார்த்தேன். அவன் முகம் தெளிவாகப் புலப்படாவிட்டாலும் அவன் இன்னும் என்னைப் பார்த்துத் தலையசைத்துக் கொண்டும் பாசத்தோடு புன்னகை செய்து கொண்டும் இருப்பதை என்னால்

உணர முடிந்தது. நான் அவனை நோக்கிக் கை அசைத்தேன். அவனும் திரும்பக் கை அசைத்து விட்டுத் தன் குதிரையைச் செலுத்த ஆரம்பித்தான். "ம் போ போ மேலே போ" என்ற அவனது குரல் தூரத்தில் மறுபடியும் கேட்கத் தொடங்கியிருந்தது. மீண்டும் அந்தச் சிறிய குதிரை நிலத்தை உழ ஆரம்பித்துவிட்டது.

இவை எல்லாமே, மிகத் தெளிவாக, நுட்பமான எல்லாத் தகவல்களோடும் ஆச்சரியப்படத்தக்க வகையில் சட்டென்று எனக்கு நினைவுக்கு வந்துவிட்டது ஏன் என்று எனக்கு விளங்கவில்லை.

நான் சட்டென்று எழுந்து என் கல்திண்ணைப் படுக்கை மீது அமர்ந்து கொண்டேன். அப்போது அந்த ஞாபகத்தால் என் உதட்டில் அரும்பிய அந்த மென்மையான புன்னகையைக்கூட இப்போது என்னால் நினைவுகூர முடிகிறது. அடுத்த ஒரு நிமிடமும் என் பிள்ளைப்பிராயத்தில் நடந்த அந்தச் சம்பவத்தைப் பற்றியே அசைபோட்டுக் கொண்டிருந்தேன்.

மரேயைச் சந்தித்து விட்டு வீடு திரும்பிய அன்று எனக்கு ஏற்பட்ட அந்தச் 'சாகச' சம்பவத்தைப் பற்றி நான் யாரிடமுமே சொல்லவில்லை. அது ஒன்றும் அப்படிப்பட்ட பெரிய சாகசம் இல்லைதான். இன்னும் சொல்லப்போனால் சீக்கிரத்திலேயே நான் மரேயையும் மறந்து போனேன். எப்போதாவது அவனை எதிர்பட நேரும்போதும் ஓநாயைப் பற்றியோ, வேறு எதைப்பற்றியுமோ கூட நான் ஒருபோதும் பேசியதில்லை. இருபது ஆண்டுகள் கழித்து இப்போது சைபீரியாவில் இருக்கும் இந்த நேரத்தில் திடீரென்று அந்த நிகழ்ச்சி அசாதாரணமான துல்லியத்தோடு ஒரு சின்னத் தகவல்கூட விடுபட்டுப்போகாமல் ஞாபகம் வருகிறதென்றால் என்னை அறியாமலேயே என் உள்ளத்தின் ஆழத்தில் அது தானாகவே மறைந்திருந்திருக்க வேண்டும். தேவைப்படும் வேளையில் அது இப்போது திடீரென்று நினைவு வந்திருக்கிறது. அந்த அடிமைக் குடியானவன் என்னைப் பார்த்துத் தாய்மைக்குரிய பரிவோடு புன்னகை செய்தது, என் மீதும் தன் மீதும் அவன் சிலுவைக்குறி போட்டுக் கொண்ட விதம், அவன் என்னைப் பார்த்துத் தலையசைத்தது என்று எல்லாவற்றையுமே நான் நினைவுகூர்ந்தேன்.

"கடவுளே, பாவம் இந்தப் பிள்ளைதான் எப்படிப் பயந்து போயிருக்கான்" என்று அவன் சொன்னது, குறிப்பாக கறுத்துப் போன நகத்தோடு கூடிய சேறுபடிந்த தடிமனான தன் விரலால் நடுங்கிக் கொண்டிருந்த என் உதடுகளைக் கூச்சத்தோடும் தயக்கத் தோடும் அவன் தொட்டது என்று எல்லாமே.

ஒரு குழந்தையைச் சமாதானப்படுத்துவதற்காக, இப்படி ஒரு செயலை யார் வேண்டுமானாலும் நிச்சயமாக செய்திருக்கலாம்,

அதில் சந்தேகமே இல்லை. ஆனால் எவருமற்ற தனிமையில் நிகழ்ந்து முடிந்த அந்தச் சந்திப்பில் முற்றிலும் வேறான ஒன்றும் நடந்திருந்ததைப் போலிருந்தது. ஒருவேளை நான் அவனது மகனாகவே இருந்திருந்தால் அளவற்ற அன்பு சுடர்விடும் விழிகளோடு அவன் என்னை இப்படிப் பார்த்திருக்க மாட்டான். அப்படிப் பார்க்குமாறு அவனை வற்புறுத்தியது எது? அவன் எங்கள் எண்ணற்ற அடிமை களில் ஒருவன், எங்கள் உடைமைகளில், எங்கள் சொத்துக் கணக்கில் ஒருவனாகக் கருதப்படும் ஒரு குடியானவன்; நான் அவனது எஜமானரின் மகன் அவ்வளவுதான். அவன் என்னிடம் இவ்வளவு பிரியமாக இருந்தான் என்பது யாருக்குமே தெரிந்திருக்கப் போவ தில்லை, அப்படியே தெரிய வந்தாலும், அதற்காக அவனுக்கு யாரும் எந்த வெகுமதியும் தரப்போவதும் இல்லை. உண்மையாகவே சின்னக் குழந்தைகளிடம் அவனுக்கு அளவற்ற அன்பு இருக்கக் கூடுமோ? அப்படியும் சில பேர் இருக்கத்தான் செய்கிறார்கள் என்பதில் சந்தேகம் இல்லை.

எங்கள் சந்திப்பு மிக மிக ஒதுக்குப்புறமான ஓர் இடத்தில், யாருமே இல்லாமல் வெறிச்சென்று கிடந்த தனிமையான நிலப்பகுதி ஒன்றில் நிகழ்ந்தது. நாகரிகம் அறியாத முரட்டுத்தனமான காட்டு மிராண்டி போன்ற ஒரு ரஷ்ய அடிமை, தனது விடுதலையைக் குறித்தோ தனது ஈடேற்றம் குறித்தோ ஒருபோதும் கனவுகூடக் கண்டிராதவனும், அதை எதிர்பார்த்திராதவனுமான ஓர் அடிமை, அவனுக்குள் அபரிமிதமாய்ப் பொங்கித் ததும்பிய மனிதநேய உணர்வு, பண்படாத முரட்டுத்தனமான அந்த இதயத்திலிருந்து ஒரு பெண்ணைப் போன்ற பரிவோடு, மென்மையாக, நுட்பமாக வெளிப்பட்ட காருண்யம் இவற்றையெல்லாம் ஒருவேளை அந்தக் கடவுள் மட்டுமே மேலிருந்து பார்த்துக் கொண்டிருந்திருக்கலாம்.

ஒருக்கால் நம் நாட்டுப்புற மக்களுக்கு இருப்பதாக ரஷ்ய எழுத்தாளர் கான்ஸ்டாண்டின் அக்ஸகோவ் குறிப்பிடும் மிக உச்ச பட்சமான பண்பாடு என்பது இதுவாகத்தான் இருக்குமோ?

கல்திண்ணைப் படுக்கையிலிருந்து எழுந்து சுற்றுமுற்றும் பார்த்த போது துரதிர்ஷ்டசாலிகளான அந்த ஜீவன்களை முழுக்க முழுக்க வேறுவகையான கண்ணோட்டத்துடன் என்னால் திடீரென்று பார்க்க முடிந்தது என்பது, எனக்கு நினைவிருக்கிறது. நான் கொண்டி ருந்த கோபமும் வெறுப்பும் ஏதோ ஒரு அற்புதத்தால் சட்டென்று என் இதயத்திலிருந்து விலகிப்போனது போலிருந்தது. சிறையைச் சுற்றி நடந்தபடி நான் அதுவரை எதிர்பட்ட முகங்களைத் துருவிப் பார்த்தேன். அதோ அங்கே மழிக்கப்பட்ட தலையோடு, முகத்தில் தெரியும் குற்றவாளி என்ற முத்திரையோடு, குடிபோதையில் உச்ச ஸ்தாயியில் ஏதோ கரகரப்பான குரலில் பாடிக் கொண்டிருக்கிறானே

அவனும் கூட மரேயைப் போன்ற அதே மாதிரியான ஒரு குடியான வனாக இருக்கக்கூடும். என்னால் அவனது இதயத்துக்குள் புகுந்து பார்க்க முடியப்போகிறதா என்ன? அன்று மாலை நான் மறுபடியும் மிட்ஸ்கியைப் பார்த்தேன். பாவம் அந்த மனிதர், மரேயையோ அவனைப் போன்ற வேறு குடியானவர்களைப் பற்றியோ குறித்த எந்தப் பழைய ஞாபகங்களும் அவருக்கு இருக்காது. என்பதால், "நான் இந்தத் திருட்டுப்பயல்களை வெறுக்கிறேன்" என்பதைத்தவிர அந்த மக்களைப் பற்றிய வேறு எந்த அபிப்பிராயமும் அவருக்கு இருக்கவும் முடியாது. ஆமாம் நம்மைவிட அவரைப் போன்ற போலிஷ் நாட்டவர்களுக்கு அது மிகவும் கடினமானதுதான்.

○

கடவுளின் கிறிஸ்துமஸ் மரம்

ஃபியதோர் தஸ்தயெவ்ஸ்கி

நான் ஒரு நாவலாசிரியன், அதனால் இப்படி ஒரு கதையை நான் கற்பனையாகப் புனைந்திருக்கலாம் என்று நினைக்கிறேன். 'நினைக்கிறேன்' என்று எழுதுவதற்குக் காரணம், இதுதான். இந்தக் கதை என் கற்பனையில் உருவானதே என்பதை நான் அறிந்திருந் தாலும் இப்படி ஒரு நிகழ்வு ஏதேனும் ஒரு சமயத்தில், ஏதாவது ஒரு பெரிய நகரத்தில், கிறிஸ்துமஸ் முன்னிரவின் கடுங்குளிர் நேரத்தில் கட்டாயம் நடந்திருக்க வேண்டும் என்று ஏனோ எனக்கு உறுதியாகத் தோன்றிக் கொண்டே இருக்கிறது.

என் மனக்காட்சியில் ஒரு சிறிய பையனை, ஆறு வயதிலோ, அதற்குச் சற்றேறக்குறைய சமமான வயதிலோ இருக்கும் ஒரு சிறுவனைக் கண்டேன். அன்று காலை, குளிரும் ஈரப்பதமும் நிறைந்த ஒரு நிலவறையில் அவன் கண் விழித்தான். சிறிய அங்கி ஒன்றை அணிந்திருந்த அவன் குளிரால் நடுங்கிக் கொண்டிருந்தான். அவன் வெளிவிடும் மூச்சு, வெண்பனிப்புகை மூட்டம் போல ஆவி யாகிப் போய்க் கொண்டிருந்தது. மூலையிலிருந்த ஒரு பெட்டியின்மீது அமர்ந்திருந்த அவன், வெளிச்செல்லும் பனிப்படல ஆவியைத் தன் வாயால் ஊதி, அது மிதந்து செல்லும் காட்சியில் மகிழ்ந்தபடி தன் சலிப்பைப் போக்கிக் கொண்டிருந்தான். ஆனால் அவனுக்குக் கடுமையான பசி எடுத்தது. மரப்பலகை ஒன்றில் மெத்தையின் மீது படுத்திருந்த தன் தாயை அவன் பலமுறை போய்ப்போய்ப் பார்த்துக் கொண்டே இருந்தான். தட்டையான அப்பத்தைப் போல மெலிந்து காணப்பட்ட அவள் ஏதோ ஒரு துணி மூட்டையைத் தன் தலை யணையாக வைத்துக் கொண்டிருந்தாள்.

அவள் எப்படி அங்கே வந்து சேர்ந்தாள்? ஏதோ ஒரு ஊரிலிருந்து தன் மகனோடு அங்கே வந்திருந்த அவள் திடீரென்று நோயுற்று விட்டாள். அறை மூலைகளை வாடகைக்கு விடும் வீட்டுச் சொந்தக்காரி, இரண்டு நாட்களுக்கு முன்புதான் காவல்துறையால் அழைத்துச்செல்லப்பட்டிருந்தாள். விடுமுறை நாள் நெருங்கிக் கொண்டிருப்பதால் அங்கே குடியிருந்தவர்கள் எல்லோருமே வெளியே சென்றிருந்தார்கள். எஞ்சியிருந்த ஒரே ஒரு ஆளும் கிறிஸ்துமஸ் வரும் வரை கூடக் காத்துக் கொண்டிருக்காமல் கடந்த இருபத்து நான்கு மணி நேரமாகப் பயங்கரக் குடி மயக்கத்தில் நினைவிழந்து கிடந்தான். அறையின் மற்றொரு மூலையில் எண்பது வயதான கிழவி ஒருத்தி பரிதாபகரமான நிலையில் படுத்துக்கிடந்தாள். ஒரு காலத்தில் குழந்தைகளுக்கான மருத்துவத்தாதியாக இருந்தவள் அவள். இப்போது யாரும் துணையில்லாத ஓர் அநாதையாகச் சாகக்கிடக்கும் அவள், தன் மூட்டு வலிகளோடு முக்கி முனகிக் கொண்டும், அந்தச் சிறுவனைத் திட்டிக் கொண்டும் அவன்மீது எரிந்து விழுந்து கொண்டும் இருந்தாள். அதனால் அவள் இருக்கும் மூலைக்குப் பக்கத்தில் செல்லக்கூட அவனுக்குப் பயமாக இருந்தது. வெளிப்பக்க அறையில் அவன் அருந்தக் குடிநீர் இருந்தது, ஆனால் எங்குமே ஒரு சின்ன ரொட்டித் துண்டுகூட அவனுக்குக் கிடைக்கவில்லை.அதனால் பத்துப் பன்னிரண்டு தடவை தன் தாயை எழுப்பி விடலாமா என்றுகூட அவனுக்குத் தோன்றியது. அங்கிருந்த அடர்த்தியான இருட்டைக்கண்டு அவன் பயந்து போயிருந்தான். இரவுப்பொழுது வந்து நீண்ட நேரம் ஆகியிருந்தாலும் எந்த விளக்கும் ஏற்றப்படவில்லை. அம்மாவின் முகத்தைத் தொட்டுப் பார்த்தபோது அதில் எந்த வகையான அசைவும் இல்லாமல் இருந்தது அவனுக்கு ஆச்சரியமாக இருந்தது. சுவரைப்போல் மரத்துப்போய் இருந்தாள் அவள். 'இங்கே குளிர் மிக அதிகம்' என்று எண்ணிக் கொண்டான் அவன். இறந்துபோய்க் கிடந்த அந்தப் பெண்மணியின் தோளில் தன்னிச்சையாகக் கையூன்றிக் கொண்டபடி சற்றே எழுந்திருக்க முயற்சித்தான் அவன். பிறகு தன் விரல்களின் மீது வாயால் ஊதி மூச்சு விட்டு அவற்றைச் சூடாக்கிக் கொண்டான். பிறகு படுக்கையில் இருந்த தன் தொப்பியைத் தேடி எடுத்துத் தலையில் வைத்துக் கொண்டபடி அந்த நிலவறையை விட்டு வெளியேறினான். பக்கத்து வீட்டு வாசலின் மேல்படியில் இருந்தபடி, நாள் முழுவதும் குரைத்துக் கொண்டிருக்கும் பெரிய நாய் ஒன்றைக்கண்டு பயந்து போயிருந்ததாலேயே இத்தனை நேரமும் வெளியே செல்லாமல் இருந்தான் அவன். இப்போது அந்த நாய் அங்கே இல்லாததால் வெளியே இறங்கி வீதியில் நடக்க ஆரம்பித்தான்.

சே, இதுதான் எப்படிப்பட்ட ஊர்? கடவுள் கருணை காட்டட்டும் இதைப் போன்ற ஒரு நகரத்தை இதுவரை அவன் பார்த்ததே இல்லை. அவன் இதுவரை வாழ்ந்து வந்த ஊரில் இரவு நேரங்களில் எப்போதுமே பயங்கர இருட்டாக இருக்கும். வீதி முழுவதற்கும் ஒரே ஒரு விளக்கு மட்டும்தான். தாழ்வான கூரையுடைய சிறிய மர வீடுகளின் கதவுகளும் ஜன்னல்களும் இறுக மூடப்பட்டிருக்கும். இரவான பிறகு, வீதியில் எவரையுமே பார்க்க முடியாது. எல்லோரும் அவரவர் வீட்டுக்குள் போய் முடங்கிக் கொண்டிருப்பார்கள். கூட்டம் கூட்டமாகக் குரைத்துக் கொண்டிருக்கும் நாய்களைத் தவிர வேறு எதையுமே அங்கே பார்க்க முடியாது. நூற்றுக்கணக்கில், ஆயிரக் கணக்கில் இரவு முழுவதும் விடாமல் அவை குரைத்துக் கொண்டும், ஊளையிட்டுக் கொண்டும் இருக்கும். ஆனாலும் அந்த இடம் அவனுக்கு ஆதரவாகவே இருந்தது, அவனுக்கு அது உணவளித்தது.

ஆனால் இங்கோ? கடவுளே.. அவனுக்குச் சாப்பிட மட்டும் ஏதாவது கிடைத்தால்? இங்கேதான் எவ்வளவு ஆரவாரம், எத்தனை சப்தம்? எப்படி ஒரு வெளிச்சம்? தெருவில்தான் எத்தனை மக்கள் கூட்டம், குதிரைகள், கோச்சு வண்டிகள்? எப்படிப்பட்ட பனி மூட்டம்? மேகங்களிலிருந்து வெளிவரும் பனிப்படலம் குதிரைகளின் மேல் படிந்து, அவை விடும் வெம்மையான மூச்சில் ஆவியாக வெளியேறிக் கொண்டிருந்தது. பனித்துகள் படர்ந்த சாலைக்கற்களில் குதிரைக்குளம்புகள் உராய்ந்து ஓசை எழுப்பிக் கொண்டிருந்தன. ஒவ்வொருவரும் அடுத்தவரை மோதித்தள்ளி முண்டியடித்துப் போய்க் கொண்டிருந்தார்கள். ஐயோ பாவம், அவன்தான் ஒரு ரொட்டித் துண்டுக்காக எப்படி ஏங்கித் தவித்துக் கொண்டிருந்தான்? சட்டென்று அவன்தான் எப்படி நிராதரவாகத் தன்னை உணர்ந்தான்? அவன் அருகே நடந்துசென்ற ஒரு காவலர் அவனைப் பார்ப்பதைத் தவிர்த்தபடி திரும்பி நடந்துபோனார்.

இதோ இன்னுமொரு தெரு. ஓ இதுதான் எத்தனை அகலமாக இருக்கிறது? இங்கே நிச்சயம் அவன் அழிந்துதான் போகப்போகிறான். இங்கேதான் எல்லாரும் சத்தம் போட்டுக் கூச்சலிட்டபடி எப்படி ஓடிக் கொண்டிருக்கிறார்கள், வாகனங்களில் சவாரி செய்கிறார்கள், அப்புறம் இங்கேதான் எப்படிப்பட்ட பிரகாசமான விளக்குகள்?

ஆமாம் இது என்ன? ஒரு மிகப் பெரிய கண்ணாடி ஜன்னல் வழியே அறையின் மேல்விதானம்வரை உயர்ந்திருக்கும் மரம் ஒன்று அவன் கண்ணில் பட்டது. அது ஒரு ஃபர் மரம்; அதன்மீது நிறைய விளக்குகள், பொன் வண்ணக்காகிதங்கள், ஆப்பிள் பழங்கள், சின்னச் சின்ன பொம்மைகள், குதிரைகள், மிக நேர்த்தியான, மிகச் சிறந்த உடைகளை அணிந்திருந்த குழந்தைகள் பலரும் அந்த

அறைக்குள் ஓடிப்பிடித்து விளையாடியபடி சிரித்துக்களித்துக் கொண்டிருந்தார்கள், அவ்வப்போது எதையாவது சாப்பிட்டுக் கொண்டும், பானங்களை அருந்திக் கொண்டும் இருந்தார்கள். ஒரு சிறுமி, அங்கிருந்த சிறுவர்களில் ஒருவனோடு சேர்ந்து நடனமாடத் தொடங்கியிருந்தாள். அந்தச் சிறுபெண்தான் எவ்வளவு அழகாக இருந்தாள்? ஜன்னல் வழியாக அந்த இசையைக்கூட அவனால் கேட்க முடிந்தது. அந்தச் சிறுவனின் பாதங்கள் கடுமையாக வலித்த போதும், அவனது விரல்களெல்லாம் குளிர் தாங்க முடியாமல் விறைத்துச் சிவந்து போய் அசைக்கக்கூட முடியாமல் அவனை வருத்தியபோதும் அவன் வியப்போடு நிமிர்ந்து பார்த்துச் சிரித்தான். பிறகு சட்டென்று தன் பாதங்களும் விரல்களும் கடுமையாக வலிப்பதை உணர்ந்ததும் அழ ஆரம்பித்தான். அப்படியே ஓடினான். மீண்டும் மற்றொரு கண்ணாடி ஜன்னல் வழியே இன்னுமொரு கிறிஸ்துமஸ் மரத்தைப் பார்த்தான். அங்குள்ள மேஜை முழுவதும் சிவப்பு நிற, மஞ்சள் நிற கேக்குகளாலும் பாதாமில் செய்த பலரக கேக் வகைகளாலும் நிரம்பியிருந்தது.

அங்கே ஆடம்பரமாக உடை அணிந்த மூன்று இளம் பெண்கள் அமர்ந்திருந்தார்கள். மேஜையருகே செல்பவர்களுக்கெல்லாம் அவர்கள் கேக்குகளைப் பரிமாறிக் கொண்டிருந்தார்கள். கதவு அடிக்கடி திறந்து கொண்டே இருக்க, அதன் வழியே நிறைய சீமான்களும் சீமாட்டிகளும் தெருவிலிருந்து உள்ளே வந்து கொண்டே இருந்தார்கள். திடீரென்று அந்தச் சிறுவனும் கூடத் தரையில் ஊர்ந்து கதவைத் திறந்து கொண்டு உள்ளே நுழைந்தான். ஐயோ, அங்கே இருந்தவர்கள்தான் அவனைப் பார்த்து எப்படிக் கூச்சலிட்டார்கள், அங்கிருந்து வெளியேறும்படி எப்படிக் கை அசைத்து அவனை அங்கிருந்து விரட்டினார்கள்? அவனை நோக்கி வேகமாகச் சென்ற ஒரு பெண்மணி, அவன் கையில் ஒரு கோபெக் நாணயத்தைப் போட்டுவிட்டுத் தன் கைகளாலேயே வீட்டுக் கதவைத் திறந்து அவனுக்கு வீதியைக் காட்டினாள். அவன்தான் அப்போது எப்படிப் பயந்து போயிருந்தான்? சிவந்துபோய்க் கன்றிக்கிடந்த அவனது விரல்களால் இறுக்கிப் பிடிக்க முடியாததால் அந்த கோபெக் நாணயம் அவன் கையிலிருந்து உருண்டு போய்ப் படியில் விழுந்து சத்தம் எழுப்பியது. அந்தப் பையன் தொடர்ந்து ஓடிக் கொண்டே இருந்தான், எங்கே ஓடுகிறோம் என்று தெரியாமலே அவன் ஓடிக் கொண்டிருந்தான். அவனுக்கு மறுபடியும் அழ வேண்டும் போலிருந்தாலும் பெரிதும் பயந்து போயிருந்ததால் தொடர்ந்து ஓடிக் கொண்டே இருந்தான். விரல்களில் இடித்துக் கொண்டான்.

சட்டென்று மிகத் தனிமையாகவும், நடுக்கமாகவும் உணர்ந் ததால் மிகவும் மோசமான பரிதாபகரமான நிலையில் இருந்தான் அவன். அப்புறம் திடீரென்று மறுபடியும் இதென்ன? கடவுள் கருணை காட்டட்டும். மக்கள், கூட்டமாக நின்று கொண்டு எதையோ ரசித்துக் கொண்டிருந்தார்கள். ஒரு கண்ணாடி ஜன்னலுக்குப் பின்னால் சிவப்பு, பச்சை நிற உடைகளில் இருந்த மூன்று சிறிய பொம்மைகள் அப்படியே உயிரோடு இருப்பதைப்போல் தோன்றின. குட்டையான ஒரு கிழவர் அங்கே அமர்ந்து கொண்டு பெரிய வயலின் ஒன்றை வாசித்துக் கொண்டிருந்தார். அவரை ஒட்டினாற் போல் நின்று கொண்டிருந்த வேறு இரண்டு பேர், சிறிய வயலின்களை வாசித்துக் கொண்டு அதன் தாளத்துக்கேற்பத் தலையாட்டிக் கொண்டும், ஒருவரை ஒருவர் பார்த்துக் கொண்டும் இருந்தனர். அவர்களது உதடுகள் அசைந்ததைப் பார்த்தால் அவர்கள் பேசிக் கொண்டிருந்தது போலத்தான் இருந்தது. கண்ணாடி ஜன்னல் இருந்ததால் சத்தம் வெளியே கேட்காமல் இருந்திருக்கலாம். அந்த மனிதர்கள் உண்மையானவர்கள் என்றே நினைத்துக் கொண்டிருந்த அந்தச் சிறுவன் அவை பொம்மைகள்தான் என்று பிடிபட்டபின் நகைத்தான். இப்படிப்பட்ட பொம்மைகளை இதுவரை அவன் பார்த்ததே இல்லை, இந்த மாதிரி பொம்மைகள் இருக்கக்கூடும் என்று கூட அவன் அறிந்திருக்கவில்லை. அவனுக்கு அழவேண்டும் போலிருந்தாலும் அந்தப் பொம்மைகள் அவனைச் சந்தோஷப்படுத்திக் கொண்டிருந்தன. அவனது ஆடையைத் திடீரென்று யாரோ பின்னா லிருந்து பிடித்து இழுப்பதைப்போல் அவனுக்குத் தோன்றியது. யாரோ ஒரு போக்கிரிப் பையன் சிறுவனுக்குப் பின்பக்கம் நின்றபடி சட்டென்று அவன் தலையில் ஒருபோடு போட்டபடி, அவனைப் பிடித்துக் கீழே தள்ளிவிட்டு அவனது தொப்பியையும் பறித்துக் கொண்டு சென்றிருந்தான். சிறுவன் கீழே விழுந்ததும் ஒரு கூச்சல் கேட்டது, பயத்தில் மரத்துப்போயிருந்த சிறுவன் குதித்து ஓட ஆரம்பித்தான். எங்கே போகிறோம் என்றே தெரியாமல் ஓடிக் கொண்டிருந்த அவன், ஏதோ ஒரு வீட்டு முற்றத்தின் அருகே வந்து சேர்ந்திருந்தான். கதவை ஒட்டி அடுக்கி வைக்கப்பட்டிருந்த விறகுக் கட்டைகளுக்குப் பின்னால் உட்கார்ந்தான். 'இங்கே இருட்டாக இருப்பதால் யாராலும் என்னைக் கண்டுபிடிக்க முடியாது' என்று எண்ணிக் கொண்டான்.

பயமிகுதியால் தன்னை ஒடுக்கிக் கொண்டு மூச்சு விடாமல் உட்கார்ந்திருந்த அவன், திடீரென்று, சற்றும் எதிர்பாராத வகையில் மிகுந்த மகிழ்ச்சியடைந்திருந்தான். அவனது கை கால் வலிகளெல்

லாம் சட்டென்று எங்கோ காணாமல் போயிருந்தன. கணப்பு அடுப்பின் அருகில் இருப்பது போல அவன் கதகதப்பாக உணர்ந்தான். பிறகு உடம்பு முழுவதும் உதறிப்போட நடுங்கினான், தூங்கி எழுந்தவனைப் போல திடுக்கிட்டு விழித்தான். 'இங்கே தூங்கியது தான் எத்தனை இதமாக இருந்தது?'

"இங்கே கொஞ்ச நேரம் உட்கார்ந்திருந்து விட்டு மறுபடியும் அந்தப் பொம்மைகளைப் போய்ப் பார்க்கப் போகிறேன்" என்று சொல்லிக் கொண்டபடி அந்த நினைப்பில் புன்னகை செய்து கொண்டான் சிறுவன். 'அவை உயிரோடு இருப்பதைப்போலவே இருக்கின்றன.'

திடீரென்று அவனது தாய் அருகில் அமர்ந்து பாடுவது போலிருந்தது.

"அம்மா, நான் தூங்கிவிட்டேன். இங்கே தூங்கியதுதான் எவ்வளவு நன்றாக இருந்தது."

"குழந்தாய், என்னுடைய கிறிஸ்துமஸ் மரத்தைப் பார்க்க வருகிறாயா" என்று அவன் தலைமாட்டில் மென்மையான குரல் ஒன்று கிசுகிசுத்தது.

அது, தன் தாயோ என்று நினைத்தான் அவன். இல்லை, அது அவன் தாய் இல்லை. தன்னை அழைத்தது யார் என்பதை அவனால் பார்க்க முடியவில்லை. ஆனால் யாரோ ஒருவர் அந்த இருட்டுக்குள் குனிந்து அவனை ஆரத் தழுவிக் கொண்டார். அவனும் தன் கைகளை அவரை நோக்கி நீட்டினான். பிறகு திடீரென்று அட என்ன ஒரு பிரகாசமான வெளிச்சம்? ஆஹா எப்படிப்பட்ட ஒரு கிறிஸ்துமஸ் மரம்? ஆனால் அது ஃபர் மரம் அல்ல. அப்படி ஒரு மரத்தை அவன் ஒருபோதுமே பார்த்ததில்லை. அவன் இப்போது எங்கே இருக்கிறான்? எல்லாமே ஒளிமயமாக ஜொலித்துக் கொண்டிருக்க, சுற்றிலும் பொம்மைகள். ஆனால் இல்லை, இல்லை. அவை பொம்மைகள் இல்லை. சின்னஞ்சிறு பெண்களும் பையன்களுமே அப்படிப் பிரகாசமாய்ச் சுடர் விட்டுக் கொண்டிருந்தார்கள். அவர்கள் அவனைச் சுற்றிப்பறந்து வந்தார்கள்; அவனுக்கு முத்தம் கொடுத்தார்கள்; அவனையும் தங்களோடு தூக்கிக் கொண்டு சென்றார்கள். அவனும் கூட அவர்களோடு பறந்து கொண்டிருந்தான். தன்னுடைய தாய் தன்னைப் பார்த்து மகிழ்ச்சியாகச் சிரித்துக் கொண்டிருந்ததை அவனால் காண முடிந்தது.

"அம்மா, அம்மா பாருங்களேன், இந்த இடம்தான் எவ்வளவு நன்றாக இருக்கிறது"

அவன் அந்தக் குழந்தைகளுக்கு மறுபடியும் முத்தம் கொடுத்தான். கடை ஜன்னலில் தான் பார்த்திருந்த அந்தப் பொம்மைகளைப் பற்றி அவர்களிடம் உடனே சொல்ல நினைத்தான்.

"குட்டிப்பசங்களா யார் நீங்கள்?" என்று அவர்களைப் பார்த்து சிரித்து ரசித்துக் கொண்டே கேட்டான்.

"இது கிறிஸ்துவின் கிறிஸ்துமஸ் மரம்" என்று அவர்கள் பதிலளித்தார்கள்.

"இந்த நாளில் தங்களுக்கென்று ஒருமரம் இல்லாத சின்னக் குழந்தைகளுக்காக, கிறிஸ்து ஒரு கிறிஸ்துமஸ் மரம் வைத்திருப்பார்."

அங்கே இருந்த சிறுவர்களும் சிறுமிகளும் தன்னை ஒத்தவர்களே என்பதை அவன் கண்டு கொண்டான். அவர்களில் சிலர் செல்வச் செழுமை படைத்த பீட்டர்ஸ்பர்க்வாசிகளின் வீட்டுவாசல் படியில் கூடையில் வைத்து வீசப்பட்டு அப்படியே உறைந்து போனவர்கள். வேறு சில குழந்தைகள், ஃபின்லாந்திலிருந்து குடியகற்றப்பட்டு ஃபினிஷ் பெண்கள் வெளியேறி வந்தபோது மூச்சுத் திணறி இறந்து போனவர்கள்*; இன்னும் சிலர் சமரா பஞ்சத்தில்** பால்வற்றிப்போன தங்கள் அன்னைகளின் மார்பில் சாய்ந்து அப்படியே இறந்து போனவர்கள்; வேறு சிலர் மூன்றாம் வகுப்பு ரயில் பெட்டிகளிலிருந்து வீசும் நாற்றமடிக்கும் காற்றைத் தாங்க முடியாமல் செத்துப் போனவர்கள். அவர்கள் எல்லோரும் இங்கே கிறிஸ்துவைச் சுற்றி தேவதைகள் போல இருந்தார்கள். அவர்களுக்கு நடுவே இருந்தபடி, அவர்களை நோக்கித் தன் கைகளை விரித்து நீட்டி அவர்களுக்கும், பாவம் செய்தவர்களான அவர்களது அன்னையருக்கும் ஆசி வழங்கிக் கொண்டிருந்தார் அவர். அந்தக் குழந்தைகளின் தாய்மார்கள் ஒரு பக்கம் நின்று அழுது கொண்டிருந்தார்கள். அவரவர் குழந்தைகளை அவரவர் இனம் கண்டு கொண்டார்கள். குழந்தைகளும் தங்கள் தாயிடம் ஓடிச்சென்று தங்கள் சின்னஞ்சிறு கரங்களால் அவர்களது விழிநீரைத் துடைத்தபடி தாங்கள் மிகவும் மகிழ்ச்சியாக இருப்பதால் அவர்கள் அழ வேண்டாம் என்று கெஞ்சிக்கேட்டுக் கொண்டார்கள்.

காலையில் கீழே குனிந்து பார்த்தபோது அடுக்கி வைத்திருந்த விறகுக் கட்டைகளின் மீது குளிரால் உறைந்து போய்க்கிடந்த

---

* இரண்டாம் உலகப்போரின்போது ஃபின்லாந்திலிருந்து வெளியேற்றப்பட்ட அகதிப் பெண்கள்.

** ரஷியாவில் 1921–22இல் நிலவிய கொடிய பஞ்சம், ஐந்து கோடி உயிர்களைக் காவு கொண்ட கொடிய பஞ்சம்.

சின்னக்குழந்தையின் சடலத்தை வாயிற்காவலாளி பார்த்தான். அந்தச் சிறுவனின் அன்னையையும் அவர்கள் கண்டெடுத்தார்கள். அவள் தன் மகனுக்கு முன்பே இறந்திருந்தாள். விண்ணுலகில் கடவுளின் சந்நிதானத்தில் அவர்கள் சந்தித்துக் கொண்டிருப்பார்கள்.

இப்படி ஒரு கதையை நான் ஏன் உருவாக்கினேன்? சாதாரண மாகக் குறித்து வைக்கும் டயரிக் குறிப்பிலிருந்து மிகவும் வித்தியா சமாய். அதுவும் ஒரு எழுத்தாளனாய் இருந்து கொண்டு? உண்மை யான சம்பவங்களின் அடிப்படையில் இரண்டு கதைகள் எழுதித் தருவதாக நான் வாக்களித்திருந்தேன். ஆனால் இந்தக் கதையைப் பொறுத்தவரை, நிலவறையிலும், விறகுக்குவியலின் மீதும் நடந்தவை உண்மையில் நடக்கக் கூடியவையாக இருக்கலாம். ஆனால் கிறிஸ்து வின் கிறிஸ்துமஸ் மரத்தைப் பொறுத்தவரை அப்படி ஒன்று நடந் திருக்க இயலுமா, இயலாதா என்பது குறித்து என்னால் உங்களுக்கு உறுதியாகச் சொல்ல முடியவில்லை.

o

என் கனவு

டால்ஸ்டாய்

"இனிமேல் அவள் எனக்கு மகள் இல்லை. என்ன, புரிகிறதா இல்லையா? அப்படி ஒரு மகள் எனக்கு இல்லவே இல்லை. ஆனாலும் கூட அந்நியர்களின் தயவில் நான் அவளை அப்படி விட்டுவிடவும் முடியாது. அவள் எப்படி வாழ ஆசைப்படுகிறாளோ அதற்கான வசதிகளை மட்டும் செய்து தந்து விடுகிறேன். ஆனால் அவளைப் பற்றி எது கேட்கவும் எனக்கு விருப்பமில்லை. இப்படிப் பட்ட ஒரு கொடுமையை நினைத்தாவது பார்த்திருக்க முடியுமா? என்ன மாதிரி கொடுமை."

அவர் தன் தோள்களை உயர்த்தியபடி தலையை உலுக்கி விட்டுக் கொண்டார். கண்களை நிமிர்த்திப் பார்த்தார்.

மத்திய ரஷ்யாவைச் சேர்ந்த மாகாணம் ஒன்றின் கவர்னராக இருந்த தன் சகோதரரிடம் இவ்வாறு சொல்லிக் கொண்டிருந்தார் இளவரசர் மைக்கேல் இவானோவிச். அவருக்குப் பத்து வயது இளையவரான இளவரசர் பீட்டருக்கு ஐம்பது வயதிருக்கலாம்.

ஒரு வருடத்துக்கு முன்னால் வீட்டை விட்டு ஓடிப்போய் விட்ட தன் மகள் இங்கே தன் குழந்தையோடு குடியேறி இருப்பதைக் கண்டுபிடித்த அந்த மூத்த சகோதரர், செயிண்ட் பீட்டர்ஸ்பர்கி லிருந்து இந்த மாகாண நகரத்துக்கு வந்திருந்தார். அங்கேதான் இந்தப் பேச்சுவார்த்தை நடைபெற்றுக் கொண்டிருந்தது.

இளவரசர் மைக்கேல் இவானோவிச், நல்ல உயரமான அழகான மனிதர். வெண்ணிற முடியும், புது நிறமும் கொண்டவர். கவர்ச்சியான, பெருமிதத்தோடு கூடிய தோற்றப்பொலிவு உடையவர்.

மனைவி, ஒரு மகன், இரண்டு மகள்கள் கொண்டது அவரது குடும்பம். சின்னச்சின்ன விஷயங்களுக்காகக் கூட அவரை நச்சரித்துப் பிடுங்கி எடுப்பவள் மோசமான அவரது மனைவி. மகன் ஒரு உதவாக்கரை, ஊதாரி. தந்தை வகுத்திருந்த அளவு கோலின்படி ஒரு கனவான் ஆகும் தகுதி இன்னும் அவனுக்கு வாய்த் திருக்கவில்லை. இரண்டு பெண்களில் மூத்தவளுக்கு நல்லபடியாகத் திருமணம் நடந்து செயிண்ட் பீட்டர்ஸ்பர்கிலேயே அவள் வாழ்ந்து வந்தாள். அவரது செல்லப்பெண்ணான இளைய மகள் லிஸா ஒரு வருடம் முன்பு வீட்டிலிருந்து காணாமல் போய்விட்டாள். சற்று முன்புதான் அந்த மாகாண நகரத்தில் குழந்தையோடு அவளைக் கண்டுபிடித்திருந்தார் அவர்.

லிஸா எப்படிப்பட்ட சூழலில் வீட்டை விட்டுப்போனாள் என்பதையும் அந்தக் குழந்தையின் தகப்பன் யாராக இருக்கக்கூடும் என்பதையும் தன் சகோதரரிடம் கேட்க நினைத்தார் இளவரசர் பீட்டர். ஆனாலும் ஏனோ அதற்கு அவர் மனம் துணியவில்லை.

அன்று காலை தன் மைத்துனரைச் சமாதானப்படுத்தும் முயற்சியில் அவரது மனைவி ஈடுபட்டிருந்தபோது தன் சகோதரரின் முகத்தில் வலியோடு கூடிய வேதனை இருப்பதை இளவரசர் பீட்டர் கவனித்திருந்தார். ஆனால், எளிதில் எவராலும் நெருங்க முடியாத அகம்பாவத் தோரணையுடன் கர்வத் திரை போர்த்திக் கொண்டு அந்தத் துயரமான முகபாவத்தை உடனே மறைத்துக் கொண்டு விட்டார் மைக்கேல். அவர்களுடைய குடியிருப்பைப் பற்றியும் அதற்கு அவர்கள் என்ன விலை கொடுத்தார்கள் என்றும் அவளை அவர் விசாரிக்கத் தொடங்கியிருந்தார்.

மதிய உணவு வேளையில் விருந்தினர்களுக்கும் குடும்பத் தார்க்கும் முன்னிலையில் அவர் வழக்கம் போலவே வேடிக்கை யாகவும் கிண்டலாகவும் இயல்பாகத்தான் பேசிக் கொண்டிருந்தார். ஆனாலும், குழந்தைகளிடம் மட்டும் மிகுந்த பரிவோடும் மென்மை யோடும் நடந்து கொண்டாரே தவிர மற்ற எல்லோரிடமிருந்தும் ஒதுங்கியிருந்தபடி செருக்குடனேயே நடந்து கொண்டார். அது எப்போதும் உள்ள அவரது இயல்பான குணம் என்பதால் அப்படி ஒரு கர்வத்தோடு இருப்பதென்பது அவரது தனிப்பட்ட உரிமை என்பது போல எல்லோருமே அதை அங்கீகரித்திருந்தனர். மாலை யில் அவரது சகோதரர் ‘விஸ்ட்’ என்ற ஒரு விளையாட்டுக்கு ஏற்பாடு செய்திருந்தார்.

எல்லாம் முடிந்து தனக்காக ஒதுக்கப்பட்டிருந்த அறைக்குத் திரும்பி வந்த மைக்கேல் இவானோவிச் தன் பல்செட்டைக் கழற்றிக் கொண்டிருந்தபோது கதவை மென்மையாக இரண்டு விரல்களால் மட்டுமே எவரோ தட்டுவது கேட்டது.

"யாரது?"

"நான்தான் மைக்கேல்"

இளவரசர் மைக்கேல் அது தன் தம்பி மனைவியின் குரல் என்பதை அடையாளம் கண்டு கொண்டு முகத்தைச் சுளித்தபடி பல்செட்டை மீண்டும் பொருத்திக் கொண்டார்.

"அவளுக்கு என்னதான் வேண்டும்" என்று தனக்குத் தானே பேசிக் கொண்டவர்,

"உள்ளே வரலாம்" என்றார் சத்தமாக.

அவரது தம்பி மனைவி அமைதியான சுபாவம் கொண்டவள், மென்மையான ஒரு பெண்மணி. தன் கணவனின் விருப்பத்துக்கு இணங்கிச் செல்பவள். ஆனால் பலருக்கும் அவள் ஒரு பைத்தியக் காரியைப்போலவே தோன்றினாள், அவளை ஒரு முட்டாள் என்று அழைக்கக் கூட சிலர் தயங்கியதில்லை. அவள் அழகானவள்தான், ஆனால் தன் தலையலங்காரத்தைப் பற்றியோ புறத்தோற்றம் பற்றியோ அவள் அதிகம் லட்சியம் செய்யாததால் வெளிப்பார்வைக்கு அவலட்சணமாகவே தெரிந்தாள். அதை அவள் பெரிதாகப் பொருட் படுத்துவதும் இல்லை. அவள் கொண்டிருந்த சில எண்ணங்கள் மிக வித்தியாசமானவையாக மேட்டுக் குடிமக்களுக்குப் பொருந்தாத வையாக இருந்தன. அதிலும் மிக உயர் பதவியில் இருக்கும் ஒருவரின் மனைவிக்கு அவை எந்த வகையிலும் ஏற்புடையவை அல்ல. எவரும் எதிர்பாராத வகையில் எல்லோருக்கும் வியப்பூட்டும் வகையில் அவள் கொண்ட அந்த எண்ணங்கள் வெளிப்படும்போது அவற்றைக் கேட்டு அவளது கணவர் மட்டுமல்லாமல் அவளுடைய தோழிகளுமே கூட ஆச்சரியமடைந்துவிடுவதுண்டு.

"இதோ பார், நீ என்னைத் திருப்பி அனுப்ப நினைத்தாலும் நான் இங்கிருந்து போவதாக இல்லை. அதை முதலிலேயே உனக்குச் சொல்லி விடுகிறேன்" என்று எதையும் சட்டை செய்யாதவள் போல அவளுக்கே உரிய பாணியில் சொன்னாள் அவள்.

"அப்படியா, சரிதான் கடவுள் காப்பாற்றட்டும்" என்று அவருக்கே உரித்தான மிகையான பணிவோடு கூறியபடி அவளுக்கு ஒரு இருக்கையைக் கொண்டு வந்து தந்தார் அவர்.

"ஆமாம் அது உன்னை வருத்தப்படுத்தவில்லையா?" என்று கேட்டபடியே ஒரு சிகரெட்டை எடுத்துக் கொண்டாள் அவள்.

"மனதுக்குக் கஷ்டமான எந்த விஷயத்தைப் பற்றியும் நான் பேசப்போவதில்லை மைக்கேல். ஆனால் லிஸோச்கா பற்றி மட்டும் ஒன்று சொல்லியாக வேண்டும்."

மைக்கேல் பெருமூச்செறிந்தார். அந்த வார்த்தை அவருக்கு வலி ஏற்படுத்தியது. ஆனால் வழக்கம் போல உடனே தன்னிலைக்கு மீட்டுக் கொண்டு விட்ட அவர் வலிந்து புன்னகை செய்தபடி இவ்வாறு பதிலளித்தார்.

"நம் உரையாடல் ஒரே ஒரு விஷயத்தைப் பற்றியதாக மட்டும் தான் இருக்க முடியும், நீயும் அதைப்பற்றித்தான் பேச ஆசைப் படுகிறாய்."

பேசும்போது அவளைப் பார்ப்பதைத் தவிர்த்துக் கொண்டிருந்த அவர் அது என்ன விஷயம் என்று குறிப்பிடக்கூட விரும்பவில்லை. ஆனால் கொழுகொழுவென்றிருந்த அழகான அவரது தம்பி மனைவியோ அதைப்பற்றிப் பேச வெட்கப்படவில்லை. தன் நீலக்கண்களால் மன்றாடுவது போன்ற பார்வையோடு மென்மையாக அவரைத் தொடர்ந்து பார்த்துக் கொண்டே இருந்தாள் அவள். முன்பை விட ஆழமான ஒரு பெருமூச்சு அவளிடமிருந்து எழுந்தது.

"மைக்கேல், என் பிரியத்துக்குரிய நண்பனே, அவள் பாவம் மைக்கேல். அவளிடம் இரக்கம் காட்டு. அவளும் ஒரு மனிதப்பிறவி தான் இல்லையா."

"எனக்கு அது பற்றி ஒருபோதும் சந்தேகம் எழுந்ததில்லையே" என்று கசப்பான புன்னகையோடு சொன்னார் மைக்கேல் இவானோவிச்.

"அவள் உன் மகள்."

"அது முன்பு எப்போதோ. ஆனால் ஆலின் இப்போது ஏன் நாம் அதைப்பற்றிப் பேச வேண்டும்."

"அன்புக்குரிய மைக்கேல் நீ அவளைப் பார்க்கக்கூட மாட்டாயா? நான் உன்னிடம் சொல்ல விரும்பியது உண்மையிலேயே குற்றம் செய்திருப்பது யார் என்பதைத்தான்."

மைக்கேல் கோபத்தால் சிவந்தார். அவர் முகம் கொடூரமாகத் தோன்றியது.

"கடவுளுக்குப் பொதுவாகக் கேட்கிறேன். இந்தப் பேச்சை நிறுத்திவிடுவோம். நான் போதுமான அளவு அனுபவித்து விட்டேன். இப்போது எனக்கு இருப்பது ஒரே ஒரு ஆசை மட்டும் தான்.

மற்றவர்களைச் சார்ந்திருக்கத் தேவையில்லாத ஒரு நல்ல நிலையில் அவளை வைத்துவிட வேண்டும் என்பது மட்டும்தான் அது. அப்போது என்னோடு தொடர்பு வைத்துக்கொள்ளவும் அவளுக்கு அவசியம் ஏற்படாது இல்லையா? அதன் பிறகு அவள் வாழ்க்கையை அவள் பார்த்துக்கொள்ளட்டும். எனக்கும், என் குடும்பத்துக்கும் அவளைப்பற்றி எந்த விஷயத்தைத் தெரிந்து கொள்ளவும் அவசிய மிருக்காது. என்னால் செய்யக்கூடியது அது மட்டும்தான்."

"மைக்கேல் 'நான் நான்' என்பதைத் தவிர நீ வேறெதுவும் சொல்வதில்லை. அவளுக்குள்ளும் ஒரு 'நான்' உண்டு"

"அதிலென்ன சந்தேகம்? ஆனால் அன்பு ஆலின் தயவு செய்து இந்தப் பேச்சை இதோடு விட்டு விடலாமே. நான் உண்மையிலேயே ஆழமாக யோசித்த பிறகுதான் இப்படிச் சொல்கிறேன்."

அலெக்ஸாண்ட்ரா டிமிட்ரேய்வ்னா சில கணங்கள் அமைதி யாக இருந்தாள். தலையை ஆட்டினாள்.

"ஆமாம் உன் மனைவி மாஷாவும் கூட இப்படித்தான் நினைக்கிறாளா?"

"ஆமாம் உறுதியாக அப்படியேதான்."

பொருள் புரியாத ஏதோ ஒரு சத்தம் அலெக்ஸாண்ட்ரா விடமிருந்து எழுந்தது.

"சரி இந்தப் பேச்சு போதும், இதோடு முடித்துக்கொள்வோம், குட் நைட்" என்றார் அவர்.

ஆனால் அவள் அங்கிருந்து போகவில்லை. அமைதியாக ஒரு நிமிடம் அங்கே நின்று கொண்டே இருந்தாள். பிறகு,

"அவள் எந்தப் பெண்ணோடு குடியிருக்கிறாளோ அவளிடம் நீ பணத்தைத் தர இருப்பதாக பீட்டர் சொன்னார். உன்னிடம் அந்த முகவரி இருக்கிறதா?"

"இருக்கிறது"

"பணத்தை அந்தப் பெண்ணிடம் கொடுக்காதே மைக்கேல், நீயே நேரில் போ. அவள் எப்படி வாழ்ந்து கொண்டிருக்கிறாள் என்பதைக் கொஞ்சம் பார். அவளைப் பார்க்க வேண்டாம் என்று நினைத்தால் பார்க்க வேண்டாம். அவன் அங்கே இல்லை, யாருமே அங்கே இல்லை."

மைக்கேல் இவானோவிச் உடல் நடுங்க ஆவேசமாகக் கத்தினார்.

"ஏன் என்னை இப்படி வதைக்கிறாய், இது விருந்தினர்களுக்கு இழைக்கும் பாவமில்லையா?"

அலெக்ஸாண்ட்ரா டிமிட்ரேய்வ்னா இடத்தை விட்டு எழுந்திருந்தாள். அவ்வாறு அவரிடம் முறையிட்டதில் கரைந்து போயிருந்த அவள் கண்களில் கண்ணீர் வரப்பார்த்தது.

"அவள் நிலை மிகமிகப் பரிதாபம். ஹ்ம்ம் எத்தனை அருமையான பெண் அவள்."

அவர் எழுந்து நின்றபடி அவள் பேச்சை முடிக்கக் காத்திருந்தார்.

அவள் அவருக்குக் கை கொடுத்தபடி,

"மைக்கேல் நீ செய்வது சரியில்லை, அவ்வளவுதான்" என்றபடி அவரை விட்டு அகன்றாள்.

அவள் சென்ற பின் வெகுநேரம் சதுரத் தரைவிரிப்பின் குறுக்கும் நெடுக்கும் நடந்து கொண்டே இருந்தார் மைக்கேல். எரிச்சலோடு முகம் சுளித்தார், நடுங்கினார். "ஓ.. ஓ.." என்று முனகவும் செய்தார். பிறகு ஒரு கட்டத்தில் தன் சொந்தக்குரலே தனக்குப் பீதியூட்டுவதாய் அமைந்து விடவே அதன் பிறகு அமைதியாகி விட்டார்.

தனது தன்முனைப்புக்கு ஏற்பட்ட காயம், அவரைச் சித்திர வதை செய்து கொண்டிருந்தது.

அவர் பெற்ற மகள்,

தன் சொந்தத் தாய்வீட்டில் சீராட்டி வளர்க்கப்பட்ட மகள், புகழ்பெற்ற அவளது தாய் அவ்தோத்யா போரிசோவ்னாவைப் பார்க்கப் பலமுறை அரசியே நேரில் வருகை தந்து பெருமைப் படுத்தியிருக்கிறாள். யாரோடு அறிமுகம் கொள்வதை இந்த உலகமே ஒரு பெரும் கௌரவமாக நினைக்கிறதோ அந்த அரசியே! அவள் அவர் பெற்ற மகள்.

பழங்கால இராணுவ வீரராக எந்த அச்சமும் இல்லாமல், எந்தப் பழிச் சொல்லுக்கும் இடம் தராமல் வாழ்ந்தவர் அவர்.

ஒரு ஃபிரெஞ்சுப் பெண் மூலம் அவருக்குப் பிறந்த மகனை வேறொரு நாட்டில் அவர் குடியமர்த்தி விட்டார்; அது எந்த வகையிலும் அவரது மதிப்புக்குக் குந்தகம் ஏற்படுத்தி இருக்கவில்லை.

இப்போது, இவள் இந்த மகள்

ஒரு தகப்பன் மகளுக்குச் செய்யக்கூடியதையெல்லாம் செய்ய வேண்டியதையெல்லாம் செய்திருக்கிறார், அற்புதமான கல்விப் பயிற்சியையும் அளித்திருக்கிறார்.

உயர்ந்த ரஷ்ய சமூகத்தைச் சேர்ந்த வாலிபன் ஒருவனைத் தனக்குத் துணைவனாக்கிக் கொள்ளும் அளவுக்கு எல்லா வகையான வாய்ப்புகளையும் தகுதியையும் அவளுக்கு அவர் உருவாக்கித் தந்திருக்கிறார்.

ஒரு மகள் எதையெல்லாம் ஆசைப்படுகிறாளோ அதை யெல்லாம் கொடுத்ததோடு நிறுத்திக்கொள்ளாமல் உண்மையிலேயே அவர் தன் பாசத்தைப் பொழிந்து வளர்த்திருக்கும் மகள்.

எந்தப் பெண்ணை வியந்து வியந்து பாராட்டினாரோ, எவளைக் கண்டு பெருமைப்பட்டாரோ அதே பெண்தான் வேறெந்த மனிதர் களையும் ஏறெடுத்துக் கூடப் பார்க்க முடியாத இப்படிப்பட்ட ஒரு இழிவை இப்போது அவருக்குப் பரிசாகத் தந்திருக்கிறாள்.

அவள் அவரது குடும்பத்தில் ஒருத்தியாக அவரது குழந்தையாக மட்டுமல்லாமல் அவரது செல்லக் கண்மணியாக, அவரது ஆனந்த மாக அவர் பெருமைப்படும் பொக்கிஷமாக இருந்த அந்தக் காலத்தை அவர் இப்போது நினைவுகூர்ந்தார்.

எட்டு ஒன்பது வயதுச் சிறுமியாக, பிரகாசிக்கும் கருவிழி களோடும் செம்பழுப்பு நிறக் கூந்தலோடும் துறுதுறுப்பும் புத்தி சாலித்தனமும் கொண்டவளாய்த் துள்ளிக் களிக்கும் உயிர்த்துடிப் போடு உலாவிய அவளை அவர் இப்போது மீண்டும் தன் கற்பனையில் பார்த்தார்.

தன் முழங்கால் மீது அவள் ஏறிக்குதிப்பதையும் தன்னைக் கட்டித் தழுவிக் கொண்டு கழுத்தில் கிச்சு கிச்சு மூட்டுவதையும் ஞாபகப்படுத்திக் கொண்டார். தான் வேண்டாம் வேண்டாமென்று சொல்லச்சொல்ல அவள் எப்படித் தனக்கு கிச்சு கிச்சு மூட்டுவாள் என்பதும், தன் உதடுகளிலும் கன்னத்திலும் கண்ணிலும் எப்படி அவள் முத்த மாரி பொழிவாள் என்பதும் அவர் நினைவில் எழுந்தது. இப்படிப்பட்ட வெளிப்படையான விஷயங்கள் இயல் பாகவே அவருக்குப் பிடிக்காதவைதான் ஆனாலும் இப்படிப்பட்ட களியாட்டமான அன்பு அவரையும் அசைத்து விட, அவளது சீராட்டுக்கெல்லாம் அவரும் ஈடு கொடுத்து இணங்கிப் போனார். அவளைக் கொஞ்சுவது தனக்கு எவ்வளவு இனிமை தருவதாக இருந்தது என்பதையும் இப்போது எண்ணிப்பார்த்தார்.

இவற்றையெல்லாம் நினைவுபடுத்திக் கொண்டபோது அப்படி இனிமையாக இருந்த ஒரு குழந்தை, நெஞ்சில் நினைத்துப் பார்க்கக்கூட வெறுப்பூட்டுபவளாக எப்போது மாறிப்போனாள் என்பது குறித்தும் கூடவே சிந்தித்தார்.

சிறுமியாக இருந்த நிலையிலிருந்து ஒரு பெண்ணாக அவள் வளர்ச்சியடைந்த பருவத்தை அவர் நினைவுபடுத்திக் கொண்டார். மற்ற ஆண்களின் கண்களில் அவள் ஒரு பெண்ணாகத் தென்படத் தொடங்கியபோது தன்னுள் தோன்றிய பயமும் கோபமும் கலந்த மிக வித்தியாசமான ஓர் உணர்வும் கூட அவருக்கு நினைவு வந்தது. 'பால்' நடனத்துக்காக உடையணிந்தபடி அவள் கவர்ச்சியோடு காதல் பாவனை காட்டும் போது அவளது அழகைக்கண்டு அவருள் மூளும் பொறாமை கலந்த அன்பைப் பற்றியும் அவர் யோசித்துப் பார்த்தார்.

அவள் மீது பேராசையோடு படியும் பிறரது பார்வைகளைப் பார்த்தும், அவற்றைப் பற்றிப் புரிந்துகொள்ளாமல் அவள் சந்தோஷப்படுவதைக் கண்டும் அவர் நடுநடுங்கிப் போயிருக்கிறார்.

"தான் தூய்மையானவள் என்பதில் பெண் கொண்டிருக்கும் மூட நம்பிக்கை ஆனால் உண்மையில் பார்த்தால் அதற்கு நேர்மாறாக அவர்களுக்குக் கூச்சமில்லை, அறிவில்லை என்பதுதான் நிஜம்."

அவர் கொண்டு வந்த மிகப் பொருத்தமான இரண்டு வரன் களை எந்தக் காரணகாரியமும் இல்லாமல் அவள் நிராகரித்து ஒதுக்கியதையும், தான் ஈடுபடும் கேளிக்கைகளில் அடைந்து வரும் வெற்றிகள் அவளை மேலும் மேலும் கவர்ந்து இழுத்துக் கொண்டே சென்றதையும் அவர் எண்ணிப்பார்த்தார்.

ஆனால் இந்த வெற்றி வெகுகாலத்துக்கு நீடிக்கவில்லை. ஒரு வருடம் பிறகு இரண்டு, மூன்று அதோடு முடிந்து விட்டது. அவள் எல்லோருக்கும் அறிமுகமானவள், அழகி அவ்வளவுதான். ஆனால் தொடக்கத்திலிருந்த இளமை அவளிடம் இப்போது இல்லை, 'பால்' நடன அரங்கத்தைச் சேர்ந்த ஒரு சாமானாக மட்டுமே அவள் ஆகிப் போயிருந்தாள். மணமாகாத கன்னியாகவே அவள் தொடர்ந்து கொண்டிருப்பதைக் கண்டபோது அவளுக்காகத் தான் ஒரு ஏற்பாடு செய்ய ஆசைப்பட்டதைப் பற்றியும் அவர் எண்ணிப்பார்த்தார்.

'எவ்வளவு சீக்கிரம் முடியுமோ அவ்வளவு சீக்கிரம் அவளுக்கு ஒரு திருமணம் செய்துவைத்து விட வேண்டும். முன்பே ஏற்பாடு செய்திருந்தால் மிகவும் நல்ல வரன்கள் அமைந்திருக்கலாம், ஆனாலும் கூட மரியாதைக்குரிய பொருத்தமான ஒருவனைத் தேட வேண்டும்.'

ஆனால் அவளோ துடுக்குத்தனத்தோடு அகம்பாவமாக நடந்து கொள்வதாக அவருக்குத் தோன்றியது. இதை நினைவுபடுத்திக் கொண்டபோது அவள் மீதான சினம் இன்னும் உக்கிரமாக அவருள்

மூண்டெழுந்தது. நாகரிகமான பல ஆண்களை அவள் நிராகரித்தது இப்படிப்பட்ட ஒரு கேவலமான முடிவுக்குத்தான்.

"ஐயோ ஐயோ" என்று மீண்டும் தனக்குள் கதறிக் குமுறினார் அவர்.

பிறகு சிறிது நேரம் நிலையாக ஓரிடத்தில் நின்றபடி ஒரு சிகரெட்டைப் பற்ற வைத்துக் கொண்டார். வேறு விஷயங்களைப் பற்றி யோசிக்க முயற்சி செய்தாலும் நினைவுகள் அவரை வட்ட மிட்டுக் கொண்டேதான் இருந்தன.

சிறிது காலம் முன்பு நடந்ததுதான் இது. அப்போதே அவள் இருபத்து நான்கு வயதைக் கடந்திருந்தாள். ஊரில் தங்களோடு வசித்து வந்த பதினான்கு வயதே ஆன காலாட்படை பயிற்சி மாணவனான கொகோவோடு அவள் அப்போது பழகத் தொடங்கி யிருந்தாள். அவனைக் கிட்டத்தட்ட ஒரு அரைப் பைத்தியமாகவே அவள் ஆக்கியிருந்தாள். கவனம் சிதறிப்போய் அவன் அழுதது கூட உண்டு. முட்டாள்தனமான இந்த விஷயத்தை எப்படியாவது ஒரு முடிவுக்குக் கொண்டுவர நினைத்த அவர் அவனை அங்கிருந்து அனுப்பி விட்டபோதுதான் தன் தந்தையைக் கடுமையாக தீவிரமாக ஏன் முரட்டுத்தனமாகக் கூட அவள் எதிர்க்கத் தொடங்கினாள். அந்தச் செயலின் வழி அவர் தன்னை அவமானப்படுத்தி விட்டதாக அவளுக்குத் தோன்றியது. அப்போது தொடங்கி மகளும் தந்தையும் வெளிப்படையாகவே பகைமை பாராட்டத் தொடங்கிவிட்டனர்.

"நான் நினைப்பது சரிதான், அவள் ஒரு மோசமான வெட்கம் கெட்ட பெண்" என்று தனக்குத் தானே சொல்லிக் கொண்டார் அவர்.

பிறகு மாஸ்கோவிலிருந்து அவள் எழுதிய அந்தக் கடிதம் பற்றிய கோரமான அந்த நினைவு அவரைத் தாக்கியது.

இனிமேல் தன்னால் வீட்டுக்குத் திரும்பி வர முடியாது என்றும் கடும் துன்பத்தில் இருக்கும் கைவிடப்பட்ட பெண்ணான தன்னை மறந்து மன்னித்து விடுமாறும் அவள் அதில் எழுதியிருந்தாள்.

பிறகு தானும் தன் மனைவியும் சேர்ந்து எதிர்பட நேர்ந்த கொடுமையான காட்சிகள் அவருள் ஓடின. அவர்கள் கொண்டிருந்த ஊகங்களும், சந்தேகங்களும் உறுதிப்படுத்தப்பட்ட அந்த நாள், அந்தக் கொடிய சம்பவம் ஃபின்லாந்தில் நடந்தது. அப்போது தன் அத்தை வீட்டுக்கு அவர்கள் அவளை அனுப்பி வைத்திருந்தார்கள். அந்தப் போக்கிரி மிகச் சராசரியான ஒரு ஸ்வீடிஷ் மாணவன். மூளையில்லாத ஒரு உதவாக்கரை, ஏற்கனவே மணமானவன்.

இப்போது, படுக்கையறைத் தரைவிரிப்பில் முன்னும் பின்னுமாய் நடந்து கொண்டிருந்தபோது இந்த நினைவுகள் எல்லாம் அவருக்குள் ஓடிக் கொண்டிருந்தன. அவள் மீது தான் கொண்டிருந்த பழைய பாசம் அவளைப்பற்றித் தான் கொண்டிருந்த கர்வம் என்று எல்லாம். தேற்றிக்கொள்ளவே முடியாதபடி நடந்து முடிந்து விட்ட அவளது வீழ்ச்சி அவரை அச்சத்தால் நிலைகுலையச் செய்தது. தன்னை இந்த அளவுக்குத் துயரப்பட வைத்ததற்காக அவர் அவளைக் கடுமையாக வெறுத்தார். தம்பி மனைவியிடம் நடந்த உரையாடல் நினைவுக்கு வந்தபோது அவளை எப்படித் தன்னால் மன்னிக்க முடியும் என்று தனக்குத் தானே கேட்டுக் கொண்டார். 'தான்' என்ற தன்னகங்காரம் தோன்றிய அந்தக் கணத்திலேயே அச்சம், வெறுப்பு, புண்பட்ட தன் முனைப்பு ஆகிய உணர்வுகள் அவரது உள்ளத்தில் குமுறியெழத் தொடங்கிவிட்டன. வாய்விட்டு மெள்ள அரற்றிய அவர் வேறு விஷயங்களைப் பற்றி நினைத்துப் பார்க்க முயற்சித்தார்.

'இல்லை, அது சாத்தியமில்லாதது. பேசாமல் பீட்டரிடம் பணத்தைக் கொடுத்து மாதா மாதம் அவளுக்குத் தந்து விடுமாறு சொல்லி விடலாம். என்னைப் பொறுத்தவரை இனி அப்படி ஒரு மகள் எனக்கு இல்லை.'

திரும்பவும் வினோதமான வேறொரு உணர்வு அவரை ஆட்கொண்டது. அவள் மீது கொண்டிருந்த நேசத்தை நினைவுபடுத்திக் கொண்டதால் விளைந்த சுய பச்சாதாபம், தன்னை இப்படிப்பட்ட வேதனைக்கு ஆளாக்கி விட்டாளே என்று பொங்கியெழும் கோபம் ஆகிய இருவேறு உணர்வுகளின் கலவை அது.

2

கடந்த இருபத்தைந்து ஆண்டுகளும் எப்படி வாழ்ந்து வந்தாளோ அதே போலத்தான், அதில் எந்தக் குழப்பமும் ஐயமும் கொள்ளாதவளாகத்தான் கடந்த வருடமும் வாழ்ந்து வந்தாள் லிஸா. திடீரென்று தன் வாழ்க்கை முழுவதும் ஒரு வெறுமை படர்ந்ததை அவள் உணர்ந்தாள். செயிண்ட் பீட்டர்ஸ்பர்கிலுள்ள மேட்டுக்குடி மக்களுக்கு நடுவே அதே மாதிரி ஒரு வீட்டில் வாழும் தன் வாழ்வு, இழிவானதாக, அருவருக்கத்தக்கதாக, மிருகத்தனமான ஒரு வாழ்க்கையாக அவளுக்குத் தோன்றியது. வாழ்க்கையின் அடியாழம் வரை ஊடுருவிச்செல்லாத அதைத் தொடாத மேம்போக்கான ஒரு வாழ்க்கை.

ஒன்றிரண்டு வருடங்கள் எல்லாமே நன்றாகத்தான் இருந்தன. மூன்று வருடங்கள் வரையிலும் கூடத்தான். ஆனால் விருந்துகளும் 'பால்' நடனங்களும், இரவு உணவுகளும், கச்சேரிகளுமாக மட்டுமே ஏழெட்டு ஆண்டுகள் தொடர்ந்து சென்றபோது, உடலழகைக் காட்டும் ஆடை அணிகலன்களும் முடி அலங்காரங்களுமாய் இளைஞர்கள் வயதானவர்கள் என்று எல்லோருமே ஒன்று போல அவற்றை ரசிப்பவர்களாய்.

எல்லாவற்றையும் அனுபவிக்க எதைப் பார்த்தும் நகைக்கத் தாங்கள் ஏகபோக உரிமை பெற்றவர்கள் என்று ஒரே மாதிரி நினைப்பவர்கள் போல், ஒரே கதியில் கழியும் கோடைக்கால மாதங்கள்.

ஒவ்வொன்றிலும் மேலோட்டமாக மட்டுமே கிடைக்கும் இன்பங்கள் இசை வாசிப்பு என்று இவையெல்லாம் கூட வாழ்க் கைப் பிரச்சினைகளைத் தொட்டு விட்டு மட்டுமே போய்க் கொண்டிருந்தனவே தவிர மாற்றத்துக்கான எந்த உத்தரவாதத் தையும் தரவில்லை.

போகப் போக இவற்றிலெல்லாம் கவர்ச்சி இழந்து போன அவள் நம்பிக்கை வறட்சி கொண்டு விரக்தியடைந்தாள். என்ன செய்வதென்று அறியாத கையற்ற பல மனநிலைகள் அவளைச் சாவுக்குத் தூண்டின.

பிறருக்கு உதவும் செயல்களில் அவளது தோழிகள் அவளது எண்ணத்தைத் திருப்பினர். யதார்த்தமான குரூரமான வறுமை அதை விடக் கூடுதல் வெறுப்பூட்டுவதும் பரிதாபகரமானதுமான போலித்தனமான வறுமை ஆகிய இரண்டும் ஒருபுறமிருக்க, இன்னொரு புறமோ அதையெல்லாம் சற்றும் கண்டுகொள்ளாத கொடூரமான அலட்சிய பாவனையோடு ஆயிரக்கணக்கில் மதிப்பிடக்கூடிய விலையுயர்ந்த ஆடைகள் அணிந்தபடி கோச்சு வண்டிகளில் வந்து போகும் புரவலச் சீமாட்டிகளையும் அவள் கண்டாள்.

நாட்கள் செல்லச்செல்ல வாழ்க்கை என்பது பொறுத்துக் கொள்ளவே முடியாததாக ஆகியது. உண்மையான ஒன்றுக்காக அவள் ஏங்கினாள். இப்படிப்பட்ட விளையாட்டுத்தனங்களோ இனிப்பான பக்கத்தை மட்டுமே கடைந்தெடுத்துச் சுவைப்பதோ வாழ்க்கையாகி விடாது என்று எண்ணினாள். உண்மையான வாழ்க்கை அவை எதிலுமே இல்லை.

வயதில் தன்னை விடச் சிறியவனான இராணுவப்பயிற்சி மாணவன் ஒருவனோடு அவள் கொண்டிருந்த நேசம் குறித்த நினைவுகளே மிகச் சிறந்த ஞாபகங்களாக அவளுக்குள் இருந்தன. அந்த நேசம், நேர்மையும் உண்மையுமான எழுச்சியில் பிறந்த ஒன்று. இப்போது அதைப்போல எதுவும் இல்லை, இனியும் இருக்க முடியாது.

அவள் மேலும் மேலும் மனச்சோர்வுக்கு ஆளாகிக் கொண்டே சென்றாள். அந்த இருண்மையான மனநிலையுடன்தான் ஃபின் லாந்தில் வசித்து வரும் தன் அத்தையைப் பார்க்க அவள் சென்றாள். அங்கே இருந்த பசுமையான சூழலும், சுற்றுப்புறமும் அவள் இதற்கு முன் அறிந்திராத முற்றிலும் வேறுபட்ட மனிதர்களும். ஏதோ ஒரு வகையில் அவளுக்கு உகப்பான புதிய அனுபவத்தைக் கொடுத்தன.

எல்லாம் எப்போது எப்படித் தொடங்கியது என்பது அவளுக் குத் தெளிவாக நினைவில்லை. அவளது அத்தை வீட்டுக்கு ஒரு ஸ்வீடிஷ்காரன் வந்திருந்தான். தன் வேலையைப்பற்றி, தன் நாட்டு மக்களைப்பற்றி, ஸ்வீடிஷ் மொழியில் தான் எழுதிக் கொண்டிருக்கும் நாவல் பற்றி, இப்படிப் பலவற்றையும் அவன் பேசினான். பார்வை களையும், புன்னகைகளையும் பரிமாறிக் கொள்ளும் அளவுக்கு அப்படி ஒரு கவர்ச்சியும் மயக்கமும் அவர்களிடையே எப்போது தொடங்கியது என்பது அவளுக்கே தெரியவில்லை. அதற்கெல்லாம் என்ன பொருள் என்பதை வார்த்தைகளால் விளக்கவும் முடிய வில்லை.

இந்தப் பார்வைகளும் புன்னகைகளும் ஒருவரின் ஆன்மாவை அடுத்தவருக்குப் புலப்படுத்தியதோடு மிக முக்கியமான பிரபஞ்சம் தழுவிய ஒரு புதிரையும் வெளிப்படுத்திக் கொண்டிருந்ததாகத் தோன்றின. புன்னகையோடு இணைந்து வரும் அவர்களின் ஒவ்வொரு சொல்லும் ஏதோ ஒரு அற்புதமான அபரிமிதமான முக்கியத்துவம் கொண்டிருந்ததைப்போல் இருந்தது. அவர்களும் இருவரும் சேர்ந்து இசை கேட்கும்போதும், இணைந்து பாடும்போதும் அந்த இசையுமே கூட அதே போன்ற ஆழமான உட்பொருளைப் பொதிந்து வைத்திருப்பது போல் இருந்தது.

புத்தகங்களிலிருந்து அவர்கள் சத்தமாக வாசிக்கும் வார்த்தை களும் கூடத்தான். சில சமயம் அவர்கள் விவாதித்துக் கொள்வதும் உண்டு. ஆனால் அவர்களது கண்கள் சந்தித்துக்கொள்ளும் அந்தக் கணத்தில் அவர்களிடையே ஒரு புன்னகை மின்னலடிக்கும், விவாதம் எங்கோ தூர விலகி ஓடிவிடும்.

அவர்கள் அதையெல்லாம் தாண்டிக் கடந்து தங்களுக்கென்றே புனிதமாக உள்ள அதைவிட உயர்வான இடத்தில் சஞ்சரிக்கத் தொடங்கிவிடுவார்கள்.

பிறகு அந்தப் பிசாசு அது எப்படி வந்தது? புன்சிரிப்புகளுக்கும் பார்வைகளுக்கும் பின்னால் மறைவாக இருந்தபடி அவர்களைப் பற்றிக் கொண்ட அந்தப் பிசாசு முதலில் எப்படி எப்பொழுது வந்தது என்பதை அவளால் சொல்ல முடியவில்லை. பய உணர்வு அவளைப் பற்றிக்கொள்ள ஆரம்பிப்பதற்கு முன்பே அவர்கள் இருவரையும் பிணைத்திருந்த கண்ணுக்குத் தெரியாத கயிறுகள் ஒன்றோடொன்று பின்னிப்பிணைந்து முடிச்சிட்டுக் கொண்டு விட்டன. அதிலிருந்து தன்னைத் துண்டித்துக்கொள்ளும் வலு அவளுக்கு இல்லை. அவள் அவனைத்தான் அவனது கௌர வத்தைத்தான் நம்ப வேண்டியிருந்தது. அவன் தனது பலத்தைப் பிரயோகிக்க மாட்டான் என்ற நம்பிக்கையோடு அவள் இருந்தாள். அதே நேரத்தில் அவளுக்கு அது குறித்த இனம்விளங்காத ஓர் ஆசையும் இருந்தது.

இந்தப் போராட்டத்தில் அவளுக்குப் பக்கபலமாக எதுவுமே இல்லாததால் அவளிடம் பலவீன உணர்வே மேலோங்கி இருந்தது. முன்பு தான் வாழ்ந்த கேளிக்கை மிகுந்த சமூக வாழ்வில் அவள் சலிப்புற்றிருந்தாள். தாயிடமும் அவளுக்கு ஒட்டுதல் இல்லை. தந்தை தன்னை விலக்கி வைத்து விட்டதாகவே அவள் எண்ணி னாள். விளையாட்டையெல்லாம் ஒதுக்கி வைத்து விட்டு உண்மை யான வாழ்க்கையை வாழ வேண்டும் என்று அவள் மிகவும் ஏங்கி னாள். ஒரு பெண் ஓர் ஆணிடம் கொண்டிருக்கும் பரிபூரணமான அன்பு ஒன்றே இந்த வாழ்க்கையைக் குறித்து அவளுக்கு நம்பிக் கையூட்டும் ஒரே ஒரு அம்சமாக இருந்தது.

அதிகமாக உணர்ச்சிவசப்படும் அவளது இயல்பும் அவளை அந்தப் பக்கம் இழுத்துக் கொண்டிருந்தது. உயரமான பலசாலியான அந்த மனிதன் அவனது அழகிய தலைமுடி, லேசாக மேல் நோக்கிய படி இருக்கும் அவனுடைய மீசை அதற்குக் கீழே நெளியும் கவர்ச்சி கரமான தவிர்க்க முடியாத அவனது புன்னகை இவற்றில் எல்லாம் எப்படிப்பட்ட வாழ்வுக்காக அவள் ஏங்கிக் கொண்டிருந்தாளோ அதன் பொருள் பொதிந்திருப்பதாக நினைத்தாள்.

நம்ப முடியாத அழகுடன் இருக்கும் ஒன்றைக் குறித்து நம்பிக்கையூட்டுவதாக இருந்த புன்னகைகளும் பார்வைகளும் பிறகு அவர்கள் போயே தீர வேண்டிய அந்த இடத்துக்கு அவர்களை

இட்டுச்சென்றன. எந்த இடத்துக்குப் போவதற்கு அவள் பயந்து கொண்டிருந்தாளோ. ஆனாலும் அடி மனதில் எதை எதிர்பார்த்துக் காத்திருந்தாளோ அதே இடம்.

அதுவரை அழகாய் மகிழ்ச்சி தருவதாய், ஆன்மாவுக்கு இதமளிப்பதாய், எதிர்காலம் குறித்த உத்தரவாதத்தை அளிப்பதாய் எவையெல்லாம் இருந்ததோ அவை எல்லாமே திடீரென்று மிருகத் தனமாய், அருவருக்கத்தக்கதாய், சோகமாய், அவநம்பிக்கை ஊட்டுவ தாய் மாறிப்போயிருந்தது.

அவள் எந்த பயமும் இல்லாதது போல, எல்லாம் எப்போதும் போல எப்படி இருக்க வேண்டுமோ அப்படியே இருப்பதாய் பாவனை செய்தபடி, அவன் கண்களைப் பார்த்து சிரிக்க முயற்சித் தாள். ஆனால் எல்லாம் முடிந்து போய் விட்டதென்பதைத் தன் உள்ளத்தின் ஆழத்தில் அவள் உணரவே செய்தாள். தான் தேடியது அவனிடம் கிடைக்கவில்லை என்பதை அவள் கண்டுகொண்டாள். கொகோவுடனான நட்பில் முன்பு அது தனக்குக் கிடைத்திருந்ததை அவள் அறிவாள்.

தன்னை மணந்து கொள்ள விரும்புவதாகத் தன் தந்தைக்குக் கடிதம் எழுதுமாறு அவனிடம் சொன்னாள். அப்படியே சத்தியம் செய்து தந்த அவன், மறுமுறை அவளைச் சந்தித்தபோது தன்னால் இப்போது உடனே அப்படி எழுத முடியாதென்றான். தெளிவில்லாத கபடமான அவனது பார்வையைக் கண்டபோது அவன் மீதான அவநம்பிக்கை அவளுக்குள் மேன்மேலும் பெருகியது.

மறுநாள் அவனிடமிருந்து அவளுக்கு ஒரு கடிதம் வந்தது. தனக்கு ஏற்கனவே திருமணமாகி விட்டதாகவும் தன் மனைவி தன்னை விட்டு எப்போதோ விலகிப் போய்விட்டதாகவும் அதில் அவன் எழுதியிருந்தான். இதைக்கேட்டு அவள் தன்னை வெறுக்கக் கூடும் என்பதை அறிந்திருப்பதாகவும் அதற்காக அவளிடம் மன்னிப்புக் கேட்பதாகவும் குறிப்பிட்டிருந்தான். அவனை நேரில் வரச்செய்த அவள், தான் அவனை உண்மையாக நேசிப்பதால் திருமணம் செய்து கொண்டாலும், செய்யாவிட்டாலும் அவனோடு என்றென்றும் பிணைக்கப்பட்டிருப்பதாக உணருவதாகவும் அவனிடமிருந்து ஒருபோதும் பிரிந்து செல்லப்போவதில்லை என்றும் கூறினாள்.

மறுமுறை அவர்கள் சந்தித்தபோது தானும் தன் பெற்றோரும் மிகவும் ஏழைகள் என்றும் அவளுக்கு மிகக் குறைந்த அடிப்படை வசதியை மட்டுமே தன்னால் செய்து தர முடியும் என்றும் அவன்

சொன்னான். தனக்கு அப்படி எந்தத் தேவையும் இல்லை என்று பதிலளித்த அவள் அவன் எங்கே செல்ல விரும்பினாலும் உடனடி யாக அவனுடன் செல்லத் தான் தயாராக இருப்பதாகக் கூறினாள். ஆனால் அவனோ அதை ஏற்காமல் அவளைத் தடுக்கவே முயன்றான். சில காலம் காத்திருக்குமாறு அவளுக்கு யோசனை சொன்னான், அதனால் அவளும் காத்திருந்தாள்.

ஆனால் அவ்வப்போது சந்தித்துக் கொண்டும் கடிதத்தொடர்பு வைத்துக் கொண்டும் குடும்பத்துக்குத் தெரியாமல் மறைவாய் ரகசியமான ஒரு வாழ்க்கையை நடத்துவது மிகவும் பதட்டமும் துன்பமும் தருவதாக இருந்தது. தன்னைக் கூட்டிச் சென்று விடுமாறு மீண்டும் அவள் அவனிடம் வற்புறுத்தினாள்.

செயிண்ட் பீட்டர்ஸ்பர்குக்கு முதல் முறை அவள் திரும்பிவந்த போது தானும் அங்கே வருவதாக வாக்களித்து அவன் கடிதம் எழுதினான். பிறகு கடிதங்கள் வருவதும் குறைந்து போய் நின்று போயின. அவனைப் பற்றி அதற்குப் பிறகு எந்தச் செய்தியுமே அவளை எட்டவில்லை.

தன் பழைய வாழ்க்கைக்கு மீண்டும் திரும்ப அவள் முனைந் தாள், ஆனால் அவளுக்கு அது சாத்தியமாகவில்லை. நோய்வாய்ப் பட்டாள். மருத்துவர்கள் மேற்கொண்ட முயற்சிகளும் அதிகம் பயன் தருவதாக இல்லை. என்ன செய்வதென்று புரியாத நிலையில் தன்னைத் தானே மாய்த்துக்கொள்ள அவள் முடிவு செய்தாள். ஆனால், அதை எப்படிச் செய்வது? அந்தத் தற்கொலை உண்மை யான மரணத்தைப் போலத் தோன்ற வேண்டுமானால் அவள் என்ன செய்ய வேண்டும்?

உண்மையிலேயே உயிரை விட்டுவிட வேண்டுமென்று ஆசைப் பட்ட அவள், அப்படி ஒரு உறுதியான தீர்மானத்துக்குத் தான் வந்து சேர்ந்துவிட்டதாக முடிவு கட்டிக் கொண்டாள். விஷம் வாங்கி வந்து ஒரு கண்ணாடிக் கோப்பையில் அதை ஊற்றிக் கொண்டாள். அவள் அதை விழுங்குவதற்குள் மிகச் சரியாக அதே நேரத்தில் பாட்டி கொடுத்த பொம்மையை அவளிடம் காட்டுவதற்காக அவளது சகோதரியின் ஐந்து வயது மகன் அவளது அறைக்குள் ஓடி வந்துவிட்டான். அவனைக் கொஞ்சியபடி தான் செய்ய முற்பட்ட செயலைச் சட்டென்று நிறுத்தி விட்டுக் கண்ணீர் விடத் தொடங் கினாள் அவள்.

அவன் மட்டும் திருமணமாகாதவனாக இருந்திருந்தால் தானும் கூட ஒரு தாயாகி இருக்கக்கூடும் என்ற எண்ணம் அவளை ஆட்

கொண்டது. தாய்மையின் மனக்காட்சி முதன்முதலாகத் தன் சொந்த ஆன்மாவுக்குள் ஊடுருவி நுழைந்து பார்க்குமாறு அவளைத் தூண்டியது. பிறர் தன்னைப் பற்றி என்ன சொல்வார்கள் என்பதைப் பற்றி நினைக்காமல் தன் சொந்த வாழ்க்கையைப் பற்றி மட்டுமே அவள் நினைத்துப் பார்க்க ஆரம்பித்தாள். உலகம் என்ன சொல்லும் என்பதற்காக உயிரைப் போக்கிக் கொள்வது சுலபம்தான், ஆனால் தன் சொந்த வாழ்க்கையே அந்த உலகத்திலிருந்து விலகிக்கிடக்கும் போது அதை உணர்ந்து கொண்ட அந்தக் கணத்தில் அதற்காக உயிரை விடுவது பொருளற்றதென்றே அவளுக்குப் பட்டது. விஷத்தைத் தூக்கியெறிந்த அவள் தற்கொலை பற்றிச் சிந்திப்பதையும் நிறுத்தி விட்டாள்.

அதற்குப் பிறகுதான் அவளுக்குள் இருக்கும் சொந்த அக வாழ்க்கை தொடங்கியது. அதுவே அவள் வாழ்ந்த உண்மையான வாழ்க்கை, ஒருவேளை அதிலிருந்து திரும்பி வர வாய்ப்புக் கிடைத் திருந்தாலும் அவள் அப்படி வந்திருக்க மாட்டாள். அவள் பிரார்த் தனை செய்யத் தொடங்கினாள், ஆனால் அதில் எந்த வகையான ஆறுதலும் அவளுக்குக் கிடைக்கவில்லை. ஆனால் தன் தந்தை எப்படித் துன்பப்படுவார் என்பதை அவளால் அனுமானிக்க முடிந்த தால், அதை அவள் புரிந்து வைத்திருந்ததால், அதோடு ஒப்பு நோக்கும்போது தான் படும் துன்பம் குறைவென்றே அவளுக்குத் தோன்றியது.

மாதங்கள் இவ்வாறு ஓடிக் கொண்டிருக்க அவளது வாழ்வையே முழுமையாகப் புரட்டிப்போடும் விஷயம் ஒன்றும் நடந்தது. ஒரு நாள் தன் படுக்கையின் மீது அமர்ந்து ஏதோ கைவேலை செய்து கொண்டிருந்தபோது திடீரென்று ஏதோ வித்தியாசமான ஒன்றை அவள் தன்னுள்ளே உணர்ந்தாள். இல்லை அப்படி இருக்க வாய்ப்பே இருக்காது என்றுதான் அவளுக்குத் தோன்றியது. கையில் இருந்த வேலையோடு அவள் அப்படியே ஸ்தம்பித்து அமர்ந்திருந்தாள். கருவுற்றிருப்பதற்கான அடையாளமா இது? அது சாத்தியம்தானா? அவனது கீழ்மை, துரோகம், தன் தாய்தந்தையின் வருத்தம் எல்லாவற்றையும் மறந்து போனவளாய் அவள் புன்னகை செய்தாள். தன்னோடு சேர்த்து அந்த உயிரையும் கொல்ல முற்பட்டுவிட்ட தன் செயல் நினைவுக்கு வந்தபோது அவளுக்கு நடுக்கம் ஏற்பட்டது.

இப்போது அவளது எண்ணங்களெல்லாம் எங்காவது கண் காணாத ஓரிடத்துக்குச் சென்று அந்தக் குழந்தையைப் பெற்றுக் கொள்வதில் மட்டுமே குவிந்திருந்தன. அவள் பரிதாபத்துக்குரிய

பாவப்பட்ட ஒரு தாயாகத்தான் இருப்பாள், ஆனாலும் அதே சமயத்தில் எப்படியோ ஒரு அன்னையாகவும் இருப்பாள். எல்லா வற்றையும் கச்சிதமாகத் திட்டமிட்டு ஏற்பாடு செய்தாள் அவள். வீட்டை விட்டு வெகு தூரத்தில், தொலைதூர மாகாணத்திலிருக்கும் ஊர் ஒன்றில் அங்கே தன்னைக் கண்டுபிடிக்க எவராலும் முடியாது என்றும் தன் சொந்தக்காரர்களிடமிருந்து தான் விலகி இருப்போம் என்றும் அவள் நினைத்தாள்.

ஆனால் துரதிர்ஷ்டவசமாக அவளால் முன்கூட்டியே எண்ணிப் பார்க்க முடியாத ஒரு நிகழ்வாக, அவளது தந்தையின் சகோதரரே அங்கே பதவியேற்று வந்து விட்டார். மரியா என்னும் ஒரு மருத்துவத் தாதியின் வீட்டில் அவள் நான்கு மாத காலம் வாழ்ந்து வந்தாள். தன் சித்தப்பா அதே ஊருக்கு வந்து விட்டதை அறிந்ததும் இன்னும் கூடத் தள்ளியிருக்கும் மறைவான ஓர் இடத் துக்குப் பறந்து செல்ல வேண்டும் என்றுதான் அவள் எண்ணிக் கொண்டிருந்தாள்.

3

மைக்கேல் இவானோவிச் மறுநாள் காலையில் சீக்கிரமே கண்விழித்தார். தன் சகோதரரின் படிக்கும் அறைக்குள் சென்று குறிப்பிட்ட தொகை நிரப்பப்பட்டிருந்த ஒரு காசோலையை அவரிடம் தந்தார். அதிலுள்ள தொகையில் மாதாமாதம் ஒரு பகுதியைத் தன் மகளுக்குத் தருமாறு கேட்டுக் கொண்டார். செயிண்ட் பீட்டர்ஸ்பர்க் செல்லும் ரயில் எப்போது கிளம்புகிற தென்றும் விசாரித்தார். பயணம் கிளம்பும் முன் இரவுச் சாப்பாட்டைச் சற்று முன்கூட்டியே முடித்துக்கொள்ள வசதியாக இரவு ஏழு மணிக்கு வண்டி புறப்படுவதை அறிந்து கொண்டார். தம்பி மனைவி யோடு சேர்ந்து அமர்ந்து காலை சிற்றுண்டி அருந்தினார். அவருக்கு வேதனையளிக்கும் விஷயத்தைப் பேசாமல் தவிர்த்தாலும் அவள் சற்றுத் தயக்கத்துடனேயே அவரைப் பார்த்துக் கொண்டிருந்தாள்.

சிற்றுண்டிக்குப் பிறகு வழக்கமான காலை நடைக்கு அவர் கிளம்பினார்.

அலெக்ஸாண்ட்ரா டிமிட்ரேய்வ்னா, ஹால் வரை அவரைப் பின்தொடர்ந்து சென்றாள்.

"பொதுப் பூங்காவுக்குப் போ மைக்கேல் அது மிகவும் அழகான இடம், 'எல்லாவற்றுக்கும் அருகிலும்' கூட" என்றாள் அவள்.

அவரது சோர்வான பார்வையை அவளது கண்கள் இரக்கத் தோடு பார்த்துக் கொண்டிருந்தன.

மைக்கேல் இவானோவிச் அவளது ஆலோசனைப்படியே 'எல்லாவற்றுக்கும் அருகில்' இருக்கும் அந்தப் பொதுப் பூங்கா வுக்குச் சென்றார். பெண்களிடம் உள்ள முட்டாள்தனம், பிடிவாதம், இதயமில்லாத போக்கு என்று இவற்றைப் பற்றியெல்லாம் அவர் அசை போட்டுக் கொண்டிருந்தார்.

'அவள் என்னைப் பற்றித் துளிக்கூடக் கவலைப்படவில்லை' என்று தன் தம்பி மனைவியைப் பற்றி நினைத்துக் கொண்டார்.

"நான் படும் வேதனையை அவளால் விளங்கிக்கொள்ள முடியவில்லையே? என்ன பிரயோஜனம் அவளால்?"

பிறகு அவர் தன் மகளைப்பற்றி சிந்திக்க ஆரம்பித்தார். "இப்படிப்பட்ட இந்தச் சித்திரவதை என்னை எப்படிப் பாதிக்கும் என்று அவளுக்கு நன்றாகவே தெரிந்திருக்கும். வயதான காலத்தில் இது எப்படிப்பட்ட ஒரு அடி? இதனால் என் ஆயுள் கூடக் குறைந்து தான் போகப் போகிறது. அது போனால் போகட்டும். இப்படி ஒரு துன்பத்தைச் சுமந்து கொண்டிருப்பதை விட அது எவ்வளவோ மேல்" 'ஐயோ' என்று துயரத்தோடு மெள்ள முனகினார் அவர். ஊரிலிருக்கும் எல்லோருக்கும் விஷயம் தெரிந்து போனால் எப்படியெல்லாம் பேசுவார்கள் என்று நினைத்துப் பார்த்தபோது வெறுப்பும் கோபமும் அலையலையாய் அவருள் மண்டி எழுந்தன. (இதற்குள் எல்லோருக்கும் அது தெரிந்திருக்கும் என்பதில் எந்தச் சந்தேகமும் இல்லை)

அவள் எப்படிப்பட்ட ஒரு காரியத்தைச் செய்திருக்கிறாள் என்பதைப் பொட்டில் அறைந்து புரிய வைக்க வேண்டும் என்பது போன்ற ஓர் ஆவேசம் அவரை ஆட்டிப்படைத்துக் கொண்டி ருந்தது.

'இந்தப் பெண்களால் ஒருபோதும் அதைப் புரிந்துகொள்ள முடியாது'.

'அது எல்லாவற்றுக்கும் அருகில் இருக்கிறது' என்ற வார்த்தைகள் சட்டென்று அவருக்கு நினைவு வர, குறிப்பேட்டை எடுத்து அவளது முகவரியைப் பார்த்தார்.

'வேரா இவானோவ்னா ஸில்வெஸ்ட்ரோவ்னா,

குகான்ஸ்கயா தெரு,

'ஏப்ரோமோவ் வீடு'

இந்தப் பெயருடன்தான் அவள் அங்கே வசித்து வந்தாள். அவர் பூங்காவை விட்டு வெளியே வந்து வாடகைக்கு ஒரு வண்டியைப் பிடித்தார்.

"உங்களுக்கு யாரைப் பார்க்க வேண்டும் ஐயா?"

புழுக்கம் நிறைந்த செங்குத்தான படிக்கட்டுக்குச் செல்லும் குறுகலான பகுதியில் அவர் காலெடுத்து வைத்தபோது இவ்வாறு கேட்டாள் மருத்துவத் தாதியான மரியா இவானோவ்னா.

"மேடம் ஸில்வெஸ்ட்ரோவ்னா இங்கேதானே வசிக்கிறார்கள்"

"ஓ வேரா இவானோவ்னாதானே? ஆமாம். இங்கேதான் இருக்கிறாள். உள்ளே வாருங்கள். அவள் இப்போது வெளியே போயிருக்கிறாள், இதோ மூலையில் இருக்கும் கடைக்குத்தான், ஒரு நிமிடத்தில் திரும்பி வந்து விடுவாள்."

பருமனாக இருந்த மரியா இவானோவ்னாவைத் தொடர்ந்து ஒரு சிறிய வரவேற்பறைக்குச் சென்றார் மைக்கேல். அடுத்தாற்போல் ஒட்டி இருந்த அறையிலிருந்து ஒரு குழந்தை கிறீச்சிடும் ஓசை கேட்டது. அந்த ஓசை அவருள் வெறுப்பை நிறைத்தது. எரிச்சலும் கோபமும் ஊட்டும் அந்த அழுகுரல் அவரை வாள் கொண்டு பிளப்பது போல் இருந்தது.

மரியா அவரிடம் மன்னிப்புக் கேட்டுக் கொண்டு அடுத்த அறைக்குள் சென்றாள். குழந்தையை அவள் சமாதானப்படுத்திக் கொண்டிருப்பது அவருக்குக் கேட்டது. குழந்தை சற்று அமைதியான பிறகு அவள் திரும்பி வந்தாள்.

"இது அவளுடைய குழந்தைதான். இப்போது ஒரு நிமிடத்தில் அவள் இங்கே வந்து விடுவாள், நீங்கள் அவளுக்குத் தெரிந்த நண்பராக இருக்கலாமென்று நினைக்கிறேன் சரிதானே."

"அ அ ஆமாம். நண்பர்தான் ஆனால் நான் இப்போது போய் விட்டுப் பிறகு எப்போதாவது வரலாமென நினைக்கிறேன்" என்று சொன்னபடி கிளம்ப ஆயத்தமானார் மைக்கேல்.

அவளைப் பார்ப்பதற்குச் செய்துகொள்ள வேண்டியிருந்த ஆயத்தமும் கொடுக்க வேண்டியிருந்த விளக்கமும் அவரால் சகித்துக்கொள்ள முடியாதவையாக இருந்தன.

அங்கிருந்து கிளம்ப எண்ணித் திரும்பியபோது படிக்கட்டில் விரைவான மெல்லிய காலடி ஓசைகள் கேட்டன, லிஸாவின் குரலையும் அவர் இனம் கண்டு கொண்டார்.

தமிழில் எம்.ஏ. சுசீலா ❖ 69

"மரியா, நான் போனதிலிருந்தே அவன் அழுது கொண்டிருக் கிறானா என்ன? நான்" என்று பேசத் தொடங்கியவள் சட்டென்று அங்கே தன் தந்தை இருப்பதைக் கண்டாள். அவள் கையில் பிடித்திருந்த பொட்டலம் நழுவிக் கீழே விழுந்தது.

"அப்பா" என்று அலறிக் கொண்டே கதவருகே அவள் உறைந்து நின்றாள். வெளிறிப்போயிருந்த அவள் உடல் நடுங்கிக் கொண்டிருந்தது.

அவர் அவளையே வெறித்துப் பார்த்தபடி அசையாமல் நின்றார். அவள் மிகவும் மெலிந்து போயிருந்தாள். அகலமான விழிகள், எடுப்பான நாசி. அவளது கைகள் மட்டும் காய்த்துப் போய் எலும்பும் தோலுமாய் இருந்தன. அவருக்கு என்ன செய்வதென்றும் தெரியவில்லை, என்ன பேசுவதென்றும் புரியவில்லை. தனக்கு ஏற்பட்ட அவமதிப்பினால் தான் அடைந்த துக்கத்தை யெல்லாம் அவர் இப்போது மறந்து போயிருந்தார். அவளுக்காக மட்டுமே வருந்தினார், அளவு கடந்து வருந்தினார். அவள் இப்படி வற்றி மெலிந்து போயிருப்பதற்காக, அவள் அணிந்திருந்த மோசமான முரட்டுத்துணிகளுக்காக, எல்லாவற்றையும் விடப் பரிதாபகரமான அவளது முகத்துக்காக, மன்றாடும் அந்த விழிகளுக்காக.

"அப்பா என்னை மன்னித்து விடுங்கள்" என்று சொன்னபடி அவரருகே வந்தாள்.

"நீ என்னை மன்னிக்கவேண்டும் ஆமாம் என்னை மன்னித்து விடு" என்று முணுமுணுத்த அவர் ஒரு குழந்தையைப் போல விம்ம ஆரம்பித்திருந்தார். அவளது முகத்திலும் கண்களிலும் முத்தம் கொடுத்தபடி அவற்றைத் தன் கண்ணீரால் நனைத்தார்.

அவளுக்காக மனமிரங்கிக் கசிந்தபோதுதான் அவர் தன்னைப் பற்றியே புரிந்து கொண்டார். தான் எப்படி இருந்தோம் என்று தனக்குத் தானே யோசித்துப் பார்த்தபோதுதான் தான் அவளுக்கு எப்படிக் கொடுமை இழைத்திருக்கிறோம் என்பதும், தன் அகம் பாவமும், அவளிடம் காட்டிய கடுமையும், தான் கொண்டிருந்த கோபமும் எல்லாமே தவறு என்பதும், உண்மையில் தானே குற்றவாளி என்ற குற்ற உணர்வும் அவருக்கு விளைந்தது. தவறு செய்திருப்பவர் அவர்தான். அவர் மன்னிப்பதற்கு அங்கே எதுவும் இல்லை. உண்மையில் மன்னிக்கப்பட வேண்டியவர் அவர்தான். அவள் தன் சிறிய அறைக்கு அவரை அழைத்துச் சென்று தன் வாழ்க்கையைப்பற்றிச் சொன்னாள். ஆனால் தன் குழந்தையை

அவரிடம் காட்டவோ இறந்த காலம் பற்றிப் பேச்செடுக்கவோ அவள் முயலவில்லை, அது அவருக்கு எப்படிப்பட்ட வேதனையை அளிக்கக்கூடும் என்பதை அவள் அறிந்திருந்தாள்.

அவள் வேறுவகையாக வாழ வேண்டும் என்றார் அவர்.

“ஆமாம் ஆனால் ஊரில் வாழ வாய்ப்புக் கிடைத்தால் மட்டுமே அது சாத்தியம்” என்றாள் அவள்.

“அது பற்றி நாம் பேசுவோம்” என்றார் அவர்.

திடீரென்று குழந்தை அழவும், வீறிடவும் தொடங்கியது. அவள் தன் கண்களை அகலத் திறந்து பார்த்தாள். தன் தந்தையின் முகத்தி லிருந்து கண்ணெடுக்காமல் பார்த்தபடி தயக்கத்தோடு அசையாமல் அமர்ந்திருந்தாள்.

“அவனுக்கு நீ இப்போது ஆகாரம் தர வேண்டுமென்று நினைக்கிறேன்” என்றார் மைக்கேல் இவானோவிச்.

அவள் தான் அமர்ந்திருந்த இடத்தை விட்டு எழுந்து கொண் டாள். தான் ஆழமாக நேசித்த ஒருவரிடம், இந்த உலகிலுள்ள எல்லாவற்றையும் விட உயர்வாகத் தான் இப்போது நேசிக்கும் அந்தக் குழந்தையைக் காட்டவேண்டும் என்ற தீவிரமான ஆசை அவளைப் பற்றிக் கொண்டது. ஆனால் முதலில் தன் தந்தையின் முகத்தைப் பார்த்தாள். அவர் கோபப்படுவாரா, மாட்டாரா? ஆனால் அந்தத் தந்தையின் முகத்தில் கோபத்துக்குப் பதிலாக வருத்தமே நிறைந்திருந்தது.

“சரி நீ உள்ளே போ. கடவுள் உன்னை ஆசீர்வதிக்கட்டும், நான் நாளை திரும்பவும் வருகிறேன். அப்போது எல்லாம் முடிவு செய்து கொள்ளலாம், குட்பை கண்ணா, போய் வருகிறேன்” என்றார் அவர்.

தொண்டையில் விழுங்க முடியாமல் ஏதோ அடைத்துக் கொண்டிருப்பதை மீண்டும் உணர்ந்தார் அவர்.

தன் சகோதரரின் வீட்டுக்குத் திரும்பி வந்த மைக்கேல் இவானோவிச்சிடம் உடனே ஓடி வந்தாள் அலெக்ஸாண்ட்ரா டிமிட்ரேய்வ்னா.

“உம். அப்புறம்”

“அப்புறம் என்ன? ஒன்றும் இல்லை”

“நீ பார்த்தாயா”

அவரது முக பாவனையைக் கொண்டு ஏதோ நடந்திருக்கு மென்பதை ஊகித்து விட்ட அவள் இவ்வாறு கேட்டாள்.

"ஆமாம்" என்று சுருக்கமாகப் பதில் தந்த அவர் அழ ஆரம்பித்தார்.

"எனக்கு வயதாகிக் கொண்டு வருகிறது. முட்டாளாகவும் ஆகிக் கொண்டு வருகிறேன்" என்றார் தன் உணர்வுகளைக் கட்டுக்குள் கொணர்ந்தபடி.

"இல்லை, இப்போதுதான் நீ அறிவாளியாக ஆகியிருக்கிறாய். மிக மிக அறிவாளியாக."

'என் கனவு' உங்களுக்குப் பிடித்திருக்கும் இல்லையா?

○

ஓவர்கோட்

நிகோலாய் கோகல்

அரசாங்கத் துறையான ஆனாலும் துறை எது என்பதைக் குறிப்பிடாமல் இருப்பதே நல்லது. அரசுத் துறைகள், படைப்பிரிவுகள் நீதிமன்றங்கள் ஆகியவற்றை விட எரிச்சலூட்டக் கூடியதாக வேறு எதுவுமே இருக்க முடியாது. சுருக்கமாகச் சொல்லப் போனால் பொதுத்துறை எதுவாக இருந்தாலும் அப்படித்தான். மிக சமீபத்திலேதான் உள்ளூர் மாஜிஸ்டிரேட்டிடமிருந்து ஒரு புகார் வந்திருந்தது. அரசு சார்ந்த எல்லா நிறுவனங்களும் நாசமாய்ப் போய்க் கொண்டிருப்பதாகவும், ஜார் மன்னரின் புனிதமான பெயர் வீணே பாழாகிறது என்றும் அதில் அவர் குறிப்பிட்டிருந்தார். அதற்குச் சாட்சியாகத் தன் புகாருடன் மிகப் பெரிய நாவல் போன்ற கதை ஒன்றையும் அவர் இணைத்திருந்தார். அதில் பத்துப் பக்கங்களுக்கு ஒரு தடவை ஒரு போலீஸ் இன்ஸ்பெக்டர் தலையைக் காட்டுவார்; நிறைய சமயங்களில் அவர் குடிபோதையிலும் இருப்பார்.

அதனால், சிக்கலைத் தவிர்க்க வேண்டுமென்றால் இப்போது பேசப்போகும் துறையைக் 'குறிப்பிட்ட துறை' என்று மட்டுமே சொல்வதுதான் நல்லதாக இருக்கும்.

ஆக, ஏதோ ஒரு துறையில் யாரோ ஒரு அலுவலர் வேலை பார்த்து வந்தார். அவர் மிக உயர்ந்த பதவியில் இருந்தாரென்று சொல்லிவிட முடியாது. அதையும் கூடவே சேர்த்துச் சொல்ல அனுமதிக்க வேண்டும். குட்டையான உருவம், அம்மைத் தழும்பேறிய முகம், செம்பட்டை முடி, கிட்டப் பார்வை, வழுக்கை நெற்றி, சுருக்கம் விழுந்த கன்னங்கள், இரத்தச் சிவப்பு என்று சொல்லி

விடக் கூடிய நிறம். அதற்குக் காரணம் செயிண்ட் பீட்டர்ஸ்பர்கின் தட்பவெப்ப நிலைதான். உத்தியோக அந்தஸ்தைப் பொறுத்த அளவில் அவர் வெகு காலமாக ஒரு 'டிட்டுலர் கவுன்சில'* ராகவே அறியப்பட்டு வந்தார். சில எழுத்தாளர்கள் இந்த உத்தியோகப் பதவியை மிகவும் கேலி செய்வதும் வேடிக்கைத் துணுக்குகள் எழுதுவதும் வாடிக்கையாக இருந்தது. திருப்பிக் கடிக்க முடியாத நிலையிலுள்ளவர்களை மட்டுமே தாக்கும் வழிவழியான பழக்கம்தான் அது.

அவருடைய குடும்பப் பெயர் பேஷ்மேச்கின். அந்தப் பெயர் ஷூவைக் குறிக்கும் பேஷ்மேக் என்ற சொல்லிலிருந்து பிறந்திருப்பது வெளிப்படையாகவே தெரிகிறது. ஆனால் அது எப்போது, ஏன் என்பதுதான் தெரியவில்லை. அவரது தந்தையும், தாத்தாவும் ஏன் பேஷ்மேச்கின் குடும்பத்தார் அனைவருமே எப்போதும் 'பூட்ஸ்'கள் தான் அணிந்திருந்தார்கள். வருடத்தில் இரண்டு முறையோ, மூன்று முறையோதான் அவற்றின் குதிகால் பகுதி புதிதாக மாற்றப்படும். அவரது பெயர் அகாகீய் அகாகீவிச். இப்படிப்பட்ட ஒரு பெயர் வித்தியாசமாகத் தனித்துத் தெரிவது போலவும், நம்ப முடியாத தாகவும் வாசகர்களுக்குத் தோன்றலாம். ஆனால் அது ஒன்றும் அப்படி நம்ப முடியாததில்லை என்பதும் அவருக்கு வேறு எந்தப் பெயரும் சூட்ட முடியாதபடி சூழ்நிலைகள் இருந்தன என்பதும் அவருக்குத் தெரியும்.

அது, நடந்தது இப்படித்தான்.

என் ஞாபகம் சரியாக இருக்குமானால் ஒரு மார்ச் 23ஆம் தேதி மாலையில் அகாகீய் அகாகீவிச் பிறந்தார். அவரது தாய் ஒரு அரசாங்க அதிகாரியின் மனைவி; மிகவும் நல்லவள்; குழந்தைக்குப் பெயர் சூட்டும் சடங்குக்கு எல்லா ஏற்பாடுகளையும் உரிய முறையில் அவள் செய்திருந்தாள். கதவுக்கு நேர் எதிரிலுள்ள படுக்கையில் அவள் படுத்திருக்க அவளது அருகில் குழந்தையின் ஞானத் தந்தையான இவான் இவானோவிச் எரோஷ்கின் நின்று கொண்டி ருந்தார். அவர், செனட்டில் உயர்பதவி வகித்த அதிகாரி; பெரு மதிப்புக்குரிய ஒரு மனிதர். ஞானத்தாயான அன்னா செமினோவ்னா பைலோப்ரஷ்கோவா, அந்தக் குடியிருப்பிலிருந்த வேறொரு அதிகாரியின் மனைவி; மிக அரிதான நற்பண்புகள் கொண்ட ஒரு பெண்மணி அவள். அவர்கள் இருவரும் மூன்று பெயர்களைக் குறிப்பிட்டு அவற்றில் ஒன்றைத் தேர்ந்து கொள்ளுமாறு தாயிடம்

---

* டிட்டுலர் கவுன்சிலர் - பீட்டர் பேரரசரால் உருவாக்கப்பட்ட அரசாங்கப் பதவித் தரத்தில் 9 ஆம் இடத்தில் உள்ள பதவி.

கூறினர். மோகியா, ஸோஸியா அல்லது புனிதரின் பெயரான கோஸ்டாஸ்ட்.

“வேண்டாம்” என்றாள் தாய். “அவையெல்லாம் சுமாராய் இருக்கின்றன.”

அவளைத் திருப்திப்படுத்துவதற்காக அவர்கள் காலண்டரின் இன்னொரு பக்கத்தைப் புரட்டிப்பார்த்தபோது ட்ரிஃபிலி, டூலா, வரகஸிய் என்ற இன்னும் மூன்று பெயர்கள் கிடைத்தன.

“குழப்பமாய் இருக்கிறதே” என்றாள் அவனது தாயான வயது முதிர்ந்த அந்தப் பெண்மணி.

“இதெல்லாம் என்ன பெயர்கள்? உண்மையில் நான் இதையெல்லாம் கேள்விப்பட்டது கூட இல்லை. வரடா, வருக் என்று கூட யாராவது இருந்திருக்கலாம். ஆனால் ட்ரிஃபிலி, வரகஸிய் சே சே.”

அவர்கள் இன்னொரு பக்கத்தைப் புரட்டியபடி பாவ்ஸிகாகிய், வகிட்ஸி ஆகிய பெயர்களைக் கண்டுபிடித்தார்கள்.

அதற்குள் அந்தத் தாய் இப்படிச் சொல்லி முடித்து விட்டாள்.

“இப்போது எனக்குப் புரிகிறது. எல்லாம் விதிதான் வேறு எதுவும் இல்லை. சரி போகட்டும் அவனுடைய தந்தையின் பெயரையே வைத்து விடலாம். அவனது அப்பாவின் பெயர் அகாகீய். மகனும் அகாகீய் என்று இருந்துவிட்டுப் போகட்டும். இவ்வாறாக அவருக்கு அகாகீய் அகாகீவிச் என்று பெயர் சூட்டப் பட்டது. குழந்தைக்கு அவர்கள் பெயர் வைத்தபோது அது அழுது, முகம் சுளித்ததிலிருந்தே தான் ஒரு டிட்டுலர் கவுன்சிலராகத்தான் ஆகப் போகிறோம் என்பதை அது உணர்ந்து கொண்டு விட்டதைப் போல் இருந்தது.

எல்லாம் நடந்தது இப்படித்தான். அந்தப் பெயர் ஒரு தேவையின் பொருட்டாகவே அமைந்ததென்பதையும் அவருக்கு வேறெந்தப் பெயர் தருவதும் கொஞ்சம் கூட சாத்தியமில்லாமல் இருந்ததென்பதையும் வாசகர்கள் புரிந்துகொள்ள வசதியாகத்தான் இது இங்கே குறிப்பிடப்பட்டது.

தான் வேலை பார்த்து வரும் துறையில் அவர் எப்போது சேர்ந்தார் என்பதோ, அவரை நியமித்தது யார் என்பதோ எவருக்கும் நினைவில்லை. துறையின் தலைமை அதிகாரியும் வெவ்வேறு தலைமைப் பொறுப்பிலிருந்த பலரும் மாறிக் கொண்டே இருக்க, அவர் மட்டும் எப்போதும் போல் ஒரே இடத்தில், ஒரே வேலையில், ஒரே மாதிரிப் போக்குடன்தான் காணப்பட்டார். பிறக்கும்போதே சீருடையோடும், வழுக்கைத் தலையுடனும் பிறந்து விட்டவரைப்

போலவே இருந்தார் அவர். அலுவலகத்தில் அவருக்கு எந்த மதிப்பும் தரப்படவில்லை. அவர் கடந்து செல்லும்போது காவலாளியும் கூட எழுந்து நிற்பதில்லை; வரவேற்பறைக்குள் பறக்கும் ஒரு கொசுவைப் பார்ப்பதுபோலக் கூட அவர் பக்கம் அவன் தன் பார்வையைச் செலுத்துவதில்லை. அவரது மேலதிகாரிகள் சர்வ சகஜமான சர்வாதிகாரப் போக்குடனேயே அவரை நடத்தி வந்தார் கள். "இதைக் கொஞ்சம் நகல் எடுங்கள்", "இதோ பார்த்தீர்களா, ஒரு சுவாரசியமான விஷயம்" என்று நாகரிகமான அதிகாரிகள் வழக்கமாகச் சொல்லுவதைப் போல அவரிடம் எதுவுமே சொல்லப் படுவதில்லை. நகலெடுக்கும் தாள்களை யாராவது ஒரு துணை அதிகாரி, அவரிடம் திணித்து விட்டுப் போய்விடுவார், அவ்வளவு தான். அவரும் கூட அந்தத் தாளை மட்டும் பார்த்தபடி அதை வாங்கிக் கொண்டு விடுவாரே தவிர அதைக் கொடுப்பது யார் என்பதையோ, அதற்கான அதிகாரம் அவருக்கு இருக்கிறதா என்ப தையோ பார்த்துக் கொண்டிருக்க மாட்டார். ஒன்றுமே பேசாமல் அதை வாங்கிக் கொண்டு நகலெடுக்க உட்கார்ந்துவிடுவார்.

அங்கிருந்த இளம் அதிகாரிகளெல்லாம் அலுவலக வரம்புக்கு உட்பட்டு எவ்வளவு கேலி செய்ய முடியுமோ அந்த அளவுக்கு அவரைக் கேலி செய்து கொண்டும், அவரைப் பார்த்துச் சிரித்துக் கொண்டும் இருந்தார்கள். அவரைப் பற்றி நிலவி வந்த வெவ்வேறு கட்டுக்கதைகளை அவர் முன்னிலையிலே அவர்கள் சொல்வார்கள். அவர் குடியிருக்கும் வீட்டின் சொந்தக்காரியான எழுபது வயதுப் பெண்மணியைப் பற்றிச் சொல்வார்கள்; அவள் அவரை அறைந்து விட்டாள் என்று கூட அடித்துச் சொல்லுவார்கள்; அவருக்கு எப்போது திருமணம் நடக்கப்போகிறது என்று கேட்டு அவரைச் சீண்டுவார்கள்; காகிதத் துண்டுகளை அவரது தலையில் பரத்திப் போட்டுவிட்டுப் பனி பெய்கிறதென்று சொல்வார்கள். ஆனால் என்ன நடந்தாலும் அகாகீய் அகாகீவிச் எதற்கும் ஒரு வார்த்தை கூடப் பதில் பேச மாட்டார்; அப்படி ஒரு மறுவார்த்தை அவரிடம் இருந்திருக்குமா என்பதே சந்தேகம்தான். அவர்கள் செய்யும் காரியங் களால் அவரது வேலையும் எந்த வகையிலும் பாதிக்கப்படாது. எரிச்சலூட்டும் இத்தனை தொந்தரவுகளுக்கு நடுவிலும் அவர் எழுதும் கடிதத்தில் அவர் சின்னத் தப்புக் கூட விட்டதில்லை. ஆனால் கேலியும் கிண்டலும் முழுக்க முழுக்கப் பொறுக்க முடியா மல் போய்விடும்போது அவர்கள் அவரது கைகளைப் பற்றி இழுத்து ஆட்டி அவரை வேலை செய்ய விடாமல் தடுக்கும் போது மட்டும் "என்னைக் கொஞ்சம் தனியாக விடுங்களேன், என்னை ஏன் இப்படி அவமானப்படுத்துகிறீர்கள்" என்று லேசாகக் குரலெழுப்புவார். அவர் சொல்லும் சொற்களிலும், அந்தக் குரலிலும் வித்தியாசமான

ஏதோ ஒன்று இருக்கும். மனதை நெகிழச்செய்து இரக்கத்தைத் தூண்டும் அந்தத் தொனி புதிதாக வேலைக்குச் சேர்ந்த ஒரு இளை ஞனை எப்படியோ அசைத்துவிட்டது. உடன் வேலை செய்யும் மற்றவர்கள் செய்வதைப் பார்த்து அகாகீவிச்சை கேலி செய்யத் தனக்கும் உரிமை இருப்பதான எண்ணத்தில் தானும் அந்த விளை யாட்டில் ஈடுபட்டுவந்த அவன் திடீரென்று ஒரு பெரிய மாற்றத்துக்கு ஆளானவனைப்போல சட்டென்று அப்படிச் செய்வதை நிறுத்தி விட்டு அதையே வேறு கோணத்தில் பார்க்கத் தொடங்கி விட்டான். நல்ல பண்புடையவர்கள், நாகரிகமானவர்கள் என்று நினைத்து அவன் பழகி வந்த அலுவலக சகாக்களிடமிருந்து கண்ணுக்குத் தெரியாத ஒரு சக்தி அவனை விலக்கி நிறுத்திவிட்டது. வெகுநாட் களுக்குப் பிறகு அவன் மகிழ்ச்சியாக இருக்கும் தருணங்களில் சிறிய அந்தஸ்திலிருக்கும் வழுக்கை நெற்றியோடு கூடிய அந்த அலுவலர் சொன்ன மனதைத் தொடும் வார்த்தைகள் திரும்பத்திரும்ப அவன் மனதில் எழும்.

"என்னை விட்டுவிடுங்களேன், என்னை ஏன் இப்படி அவமானப்படுத்துகிறீர்கள்?"

மனதை நெகிழ்த்தும் இந்த வார்த்தைகளோடு,

"நான் உங்கள் சகோதரன்" என்ற வார்த்தைகளும் கூடவே எதிரொலிக்கும். உடனே அந்த இளைஞன் தன் முகத்தைக் கைகளால் மூடிக் கொண்டு விடுவான். பண்பட்ட, நாகரிகமான மனிதர்கள் என்று சொல்லப்படுபவர்களிடம் ஒளிந்து கிடக்கும் மூர்க்கமான காட்டுமிராண்டித்தனத்தையும், மனிதத்தன்மையற்ற நடத்தையையும் பின்னாளில் எத்தனை முறை தன் வாழ்வில் பார்த்து நடுநடுங்கி விதிர் விதிர்த்துப் போயிருக்கிறான் அவன். அதிலும் கௌரவமான வர்கள், மதிக்கத் தகுந்தவர்கள் என்று உலகம் அங்கீகரித்திருக்கும் மனிதர்களிடமும். கடவுளே!

தான் செய்யும் வேலைகளுக்காக மட்டுமே வாழும் இவரைப் போன்ற இன்னொரு மனிதரைக் கண்டுபிடிக்கவே முடியாது. அகாகீய் அகாகீவிச் ஊக்கத்தோடு வேலை செய்தார் என்பதோடு தான் செய்யும் வேலையை மிகவும் நேசித்துச் செய்துவந்தார். தான் செய்யும் நகல் எடுக்கும் வேலையில் தனக்கு இயைந்ததும், தனக்கு சுவாரசியமூட்டுவதுமான ஒரு தனி உலகத்தை அவர் கண்டு கொண்டிருந்தார். அந்த மகிழ்ச்சி அவரது முகத்திலேயே பிரதி பலித்துக் கொண்டிருப்பதைப் பார்க்கலாம். ஒரு சில எழுத்துக்கள் அவருக்கு மிகவும் பிரியமானவையாகக் கூட இருந்தன. அவற்றை எதிர்பட நேரும்போது அவர் புன்னகை செய்து உள்ளூர மகிழ்ச்சி யடைவார். அவற்றைத் தன் உதட்டாலேயே உச்சரித்துக்கொள்ளவும்

செய்வார். அப்போது அவரது பேனா எழுதிக் கொண்டிருக்கும் ஒவ்வொரு எழுத்தையும் அவரது முகத்திலிருந்தே படிக்க முடிவது போலிருக்கும். வேலையில் அவர் காட்டிய முனைப்புக்கேற்ப அவருடைய சம்பளமும் இருந்திருக்குமானால் அவரே ஆச்சரியப் படும் அளவுக்கு ஸ்டேட் கவுன்சிலர் அளவுக்கு அவருக்குப் பதவி உயர்வு கிடைத்திருக்கலாம். ஆனால் அவரைக் கிண்டல் செய்யும் சகாக்கள் குறிப்பிடுவது போலச் செக்குமாடு போலத்தான் வேலை செய்து கொண்டிருந்தார் அவர்.

ஆனால் அவர் செய்து வந்த வேலை எவர் கவனத்தையும் ஈர்க்கவில்லை என்று ஒரேயடியாகச் சொல்லிவிடவும் முடியாது. அடுத்தடுத்துப் பதவிக்கு வந்த தலைமை அதிகாரிகளில் அன்புள்ளம் படைத்த ஒருவர் அகாகீவிச்சின் நீண்ட காலப் பணிக்கு ஏதேனும் ஒரு வகையில் மதிப்புப் பெற்றுத்தர விரும்பினார். அதனால் வெறுமே நகலெடுக்கும் வேலையாக இல்லாமல் முக்கியமான வேறு ஒரு வேலையை அவரிடம் ஒப்படைக்குமாறு ஆணை பிறப்பித்தார். மற்றொரு துறையில், ஏற்கனவே முடிந்து போன ஒரு விவகாரம் பற்றி அறிக்கை அனுப்புமாறு அவரைக் கேட்டுக் கொண்டார். அந்த வேலை என்னவோ எளிமையானதுதான். தலைப்புகளை லேசாக மாற்றுவதும், தன்மையில் இருக்கும் பெயர்களைப் படர்க்கை யாக மாற்றுவதும் மட்டுமே அவர் செய்ய வேண்டியிருந்தது. ஆனால் இதைச் செய்வதற்கே தலையைப் பிய்த்துக் கொண்டு வியர்த்து வழிந்தபடி நெற்றியைத் துடைத்துக் கொண்ட அகாகீவிச், “வேண்டாம் வேண்டாம் இதற்குப் பதில் நகல் எடுக்கும் வேலையாக ஏதாவது கொடுங்கள்” என்று இறுதியில் சொல்லிவிட்டார். அதற்குப் பிறகு முழுக்க முழுக்க ‘காப்பி’ எடுப்பவராக மட்டுமே அவரை ஆக்கிவிட்டார்கள்.

நகல் எடுப்பதைத் தவிர வேறு எதைப் பற்றிய சிந்தனையும் அவருக்கு இருந்ததில்லை. தன் உடைகளைப் பற்றி அவர் யோசித்துப் பார்த்ததே இல்லை. பச்சை நிறத்தில் இருக்கவேண்டிய அவரது சீருடையின் மேல்கோட்டு, துருப்பிடித்தது போன்ற வண்ணத்தில் மாறி விட்டிருந்தது. அதனுடைய காலர் மிகவும் கீழிறங்கிக் குறுக லாகக் கிடந்ததால், அவருடைய கழுத்து உண்மையில் நீளமாக இல்லாவிட்டாலும் கூட நம்ப முடியாத அளவுக்கு நீளமாகத் துருத்திக் கொண்டு தெரிந்தது. பொம்மை விற்கும் வியாபாரிகள் தலையில் வைத்துத் தூக்கிக் கொண்டுவரும் வண்ணம் தீட்டிய பொம்மைப் பூனைகளின் ‘ஸ்ப்ரிங்’ கழுத்து வைத்த தலைகள் ஆடிக் கொண்டிருப்பது போலத்தான் அவரது தலையும் காட்சியளிக்கும். அதோடு கூடவே அவரது மேல் கோட்டில் எப்போதும் ஏதாவது ஒரு தும்பு தூசியாவது ஒட்டிக் கொண்டுதான் இருக்கும். மேலும்

அவருக்கென்று வினோதமான ஒரு விஷயம் வேறு வாய்த்திருந்தது. வீட்டு ஜன்னல்களுக்குக் கீழே அவர் நடந்து செல்லும் மிகச் சரியான அந்த நேரத்திலேதான் வீட்டுக் குப்பைக் கூளங்கள் எல்லாம் மேலே இருந்து கொட்டப்படும். அதனால் எப்போதுமே அவரது தொப்பியில் பழத்தோல்கள், விதைகள் என்று ஏதாவது குப்பைகள் இருந்து கொண்டே இருக்கும். ஒரு இடத்தைக் கடந்து செல்லும்போது சுற்றுமுற்றும் என்ன நடக்கிறது என்பதைப் பற்றித் தன் வாழ்க்கையில் அவர் எப்போதுமே கவனித்ததில்லை. ஆனால் அவரோடு வேலை செய்யும் இளைய சகாக்கள் இதில் பேர் போனவர்கள். எதிர்ப்பக்கத்து நடைபாதையில் எவராவது கால் சராயை லேசாக இறக்கி விட்டுக் கொண்டால் போதும், அதைக் கூடக் கூர்ந்து கவனித்தபடி தங்கள் முகத்தில் விஷமப்புன்னகையைத் தவழவிட்டுக் கொண்டு விடுபவர்கள் அவர்கள். ஆனால் அகாகீய் அகாகீவிச் எதைப் பார்த்தாலும் அதில் அவருக்குத் தெரிவது, அவர் எழுதியிருக்கும் சீரான வரிகள் மட்டும்தான். ஒரு வேளை திடீரென்று எங்கிருந்தோ ஓடிவந்த ஒரு குதிரை அவர் தோளில் தன் தலையை வைத்தபடி அவரது கழுத்தில் தன் மூச்சுக்காற்று படும்படி கனைத்தால் மட்டும்தான், தான் இருப்பது எழுதும் தாளுக்கு நடுவே இல்லை, தான் நின்று கொண்டிருப்பது தெருவுக்கு நடுவே என்பதை அவர் உணர்ந்து கொள்வாராக இருக்கும்.

வீட்டுக்குச் சென்றவுடன் நேரே உணவு மேஜையில் அமர்ந்து முட்டைக்கோஸ் சூப்பை வேகவேகமாக உறிஞ்சிக் குடித்தபடி, வெங்காயம் சேர்த்த பன்றிக்கறியையும் விழுங்குவார். அவற்றின் ருசியைப் பற்றிக் கொஞ்சமும் கவலைப்படாமல் அதில் கிடக்கும் ஈ, கொசுக்கள் மற்றும் அந்தக் கணத்தில் கடவுள் அவருக்கு அனுப்ப சித்தம் கொண்டிருக்கும் எல்லாவற்றையும் உண்டு முடிப்பார். வயிறு நிறைந்ததும் மேஜை அருகிலிருந்து எழுந்து கொண்டு, வீட்டுக்குக் கொண்டு வந்திருக்கும் தாள்களை நகல் எடுக்க ஆரம்பித்துவிடுவார். அப்படி எந்த அலுவலக வேலையும் இல்லையென்றாலும் கூடத் தனது சொந்த சந்தோஷத்துக்காகவே வித்தியாசமாக இருக்கும் ஒரு ஆவணத்தைப் பிரதி எடுக்க ஆரம்பித்து விடுவார். அந்த ஆவணம் அழகான நடையில் இருக்கிறது என்பதற்காக அவர் அதை நகல் எடுப்பதில்லை; அது அவருக்கு வித்தியாசமாகப் படுவதற்குக் காரணம் யாரோ ஒரு மிகமுக்கியமான மனிதருக்கோ, ஒரு புதியவருக்கோ அது எழுதப் பட்டிருப்பதுதான்.

மாலை வேளைகளில், பீட்டர்ஸ்பர்கின் சாம்பல் நிற வானம் ஒளி குன்றிப்போய் இருள் படரும் அந்த நேரங்களிலும் கூட தன்னோடு பணியாற்றும் சக குமாஸ்தாக்கள் எல்லாம் அவரவர்

வசதிக்கும், விருப்பத்துக்கும் ஏற்ற வகையில் எங்கோ இரவு உணவருந்திக் கொண்டிருக்கும் அந்த நேரத்தில் அலுவலகத்தில் பேனாவால் உழுது கொண்டும், சொந்தப் பணிகளுக்காகவும், பிறரது ஏவல்களுக்காகவும் அங்குமிங்கும் ஓடி ஆடிக் கொண்டும், முழு நாளையும் கழித்தவர்கள் எப்போது ஓய்வெடுத்துக் கொண்டிருக் கிறார்களோ அந்தப் பொழுதில் அவசியமான வேலைகளுக்கு என்றில்லாமல் அவசியமே இல்லாத காரியங்களுக்காகக் கூட எப்போதும் அலைந்து திரிந்து கொண்டே இருக்கும் மானுடர் கள், எந்த நேரத்தில் இளைப்பாறிக் கொண்டிருப்பார்களோ அப்போது பொழுதைக் குதூகலமாகக் கழிக்க குமாஸ்தாக்கள் விரையும் அந்த நேரம்.

அவர்களில் வசதியுள்ள சிலர் நாடகக் காட்சிகளுக்குச் சென்று கொண்டிருக்கலாம்; வேறு சிலர் வீதியில் திரிந்தபடி பெண்கள் அணிந்திருக்கும் விதவிதமான தொப்பிகளை நோட்டம் விட்டுக் கொண்டிருக்கலாம்; இன்னொருவர், அலுவலகத்தின் சிறிய வட்டத்தில் நட்சத்திரம் போல ஜொலித்துக் கொண்டிருக்கும் அழகான இளம் பெண்ணைப் பற்றிப் புகழ்ந்து கொண்டிருக்கலாம்; வேறொருவர், ஹாலும், சமையலறையுமாய் இரண்டே அறைகள் கொண்ட மூன்றாவதோ, நான்காவதோ மாடியில் இருக்கும் சக குமாஸ்தாவின் குடியிருப்பைத் தேடிப் போகலாம்; வழக்கமாக, அதிகம் நடப்பது அதுதான்; வெளியே சென்று உணவு அருந்து வதையோ கேளிக்கை விடுதிக்குச் செல்வதையோ தியாகம் செய்து விட்டு நாகரிக சம்பிரதாயத்துக்காக ஒரு விளக்கையோ, அற்பமான ஏதேனும் ஒரு பொருளையோ வாங்கிக் கொண்டு அந்த வீட்டுக்கு அவர்கள் செல்லலாம். அப்படி ஒரு நேரத்தில் ஒரு சில குமாஸ்தாக்கள் தங்கள் நண்பர்களின் வீடுகளில் ஒவ்வொரு வாயாகத் தேநீரை உறிஞ்சிக் கொண்டும், பிஸ்கட்டைக் கொறித்துக் கொண்டும் நீளமான புகைக் குழாய்களில் புகை பிடித்துக் கொண்டும் 'விஸ்ட்' என்ற சீட்டு விளையாட்டை விளையாடிக் கொண்டும் இருக்கலாம். அப்படிச் சீட்டு விளையாடும் போதே மேல்மட்டத்தில் இருப்பவர் களைப் பற்றிய வம்புப் பேச்சு ஏதாவது நடந்து கொண்டும் இருக்கலாம். அப்படிப்பட்ட வம்புப் பேச்சு, எந்த ஒரு ரஷ்யனாலுமே தவிர்த்துக் கொள்ள முடியாத ஒன்று. பேசுவதற்கு வேறு எதுவுமே கிடைக்காத ஒரு நிலையில் முதலாம் பீட்டர் நினைவுச் சின்னத்தில் இருக்கும் ஒரு குதிரையின் வாலை யாரோ அறுத்துக் கொண்டு போய்விட்டதாக ஒரு படைத்தலைவனிடம் புகார் அளிக்கப்பட் டதாகக் காலங்காலமாக நிலவிவரும் ஒரு வேடிக்கைச் சம்பவத்தைப் பற்றியும் அவர்கள் பேசிக் கொண்டிருக்கலாம்.

சுருக்கமாகச் சொல்லப்போனால் மற்ற எல்லோருமே ஏதோ ஒரு வகையில் தங்கள் கவனத்தை இனிமையான வழியில் திருப்பி ஓய்வெடுத்துக் கொண்டிருக்கும் அந்த நேரத்தில் அப்படிப் பொழுதுபோக்காய் வேறேதும் செய்வதைப் பற்றி அகாகீய் அகாகீவிச் நினைத்துப்பார்த்தது கூட இல்லை.

மாலை நேர விருந்துகளிலோ, கூடுகைகளிலோ அவரை ஒருபோதும் எவருமே பார்த்திருக்க முடியாது. தன் மனம் திருப்தி யடையும் அளவுக்கு எழுதித் தீர்த்தபிறகே அவர் படுக்கைக்குச் செல்வார். அப்போதும் கூட மறுநாள் காலை நகலெடுப்பதற்குத் தனக்குக் கடவுள் எதை அனுப்பப் போகிறாரோ என்ற ஆர்வம் கலந்த எதிர்பார்ப்புடன் அவரது இதழ்களில் ஒரு புன்னகை அரும்பி யிருக்கும்.

வருடம் நானூறு ரூபிள் சம்பளம் பெற்றுக் கொண்டு, தனக்குக் கிடைப்பதைக் கொண்டு எப்படி நிறைவாக வாழ்வது என்பதைப் புரிந்து வைத்திருந்த அந்த மனிதரின் வாழ்க்கை இவ்வாறு அமைதி யான நீரோட்டம் போலச் சென்று கொண்டிருந்தது. வாழ்க்கைப் பாதையில் மட்டும் வேறு வகையான பல துன்பங்கள் எதிர்படாமல் இருந்திருந்தால் அவரது முதுமைப்பருவம் வரையிலும் கூட அவர் வாழ்க்கை அப்படியே கழிந்திருக்கும். ஆனால் பதவிப் படித்தரத்தில் கீழ்நிலையில் இருக்கும் டிட்டுலர் கவுன்சிலரை மட்டுமல்லாமல் அடுத்தடுத்த உயர்நிலையில் இருக்கும் ஸ்டேட் கவுன்சிலர், பிரிவி கவுன்சிலர் போன்றவர்களைக் கூட இப்படிப்பட்ட துன்பங்கள் விட்டு வைப்பதில்லை. எவருக்கும் ஆலோசனை தரவோ, எவரிட மிருந்தும் ஆலோசனை பெறவோ முன்வராத மனிதர்களைக் கூட அது விடுவதில்லைதான்.

நானூறு ரூபிள்களோ, அல்லது அதைப்போன்ற ஒரு சிறு தொகையோ ஊதியமாகப் பெற்று வந்தவர்களுக்கு அச்சமூட்டும் எதிரியாக ஒரு விஷயம் பீட்டர்ஸ்பர்கில் இருந்து வந்தது. அது, வடதிசைக் குளிரைத் தவிர வேறெதுவுமில்லை. ஆனால் பொதுவாக அது ஆரோக்கியமானது என்று சொல்லப்படுவதுதான்.

காலை எட்டு மணியிலிருந்து ஒன்பது மணிக்கு இடையிலுள்ள வேளையில் அலுவலகம் சென்று கொண்டிருக்கும் மனிதர்களால் எப்போது வீதிகளெல்லாம் நிரம்பி வழிந்து கொண்டிருக்கிறதோ அப்போது மிகக் கடுமையாக ஊசி குத்துவது போன்ற குளிர் அவர் களது மூக்கு முகத்தையெல்லாம் தாக்கும். பாவப்பட்ட அந்த குமாஸ்தாக்கள் என்ன செய்வதென்றே தெரியாமல் தவித்துப் போய் விடுவார்கள். தேள் கடுப்புப் போன்ற குளிர் அவர்களது தலைப் பகுதியைத் தாக்கிக் கண்ணில் நீரை வரவழைக்கும்போது மிக

உயர்ந்த பதவி வகிப்பவர்கள் கூட அதைப் பொறுக்க முடியாமல் துன்பப்படுவார்கள் என்றால் ஒன்பதாவது தரத்தில் இருக்கும் பாவப்பட்ட குமாஸ்தாக்கள் குளிரிலிருந்து தங்களைக் காத்துக் கொள்ள எதுவுமே அற்றவர்களாகத்தான் இருப்பார்கள். அவர்கள் தப்பித்துக் கொள்ள அவர்கள் முன்னால் இருக்கும் ஒரே ஒரு வழி, தாங்கள் அணிந்திருக்கும் மெல்லிய சிறிய மேல்கோட்டுகளோடு எத்தனை வேகமாக முடியுமோ அத்தனை வேகமாக ஐந்தாறு வீதிகள் ஓடி அலுவலகத்தை அடைவதும், அங்கிருக்கும் வாயிற் காவலரின் அறையில் தங்கள் பாதங்களுக்குச் சூடேற்றிக் கொண்டு, வருகிற வழியில் குளிரால் உறைந்து போயிருந்த தங்கள் அரசாங்கப் பணித் திறமைகளையும் தகுதிகளையும் உருக்கி வெளியே கொண்டு வருவதும் மட்டும்தான்.

சிறிது காலமாகவே தனது தோள்களும், முதுகுப் பகுதியும் குளிரால் பாதிக்கப்பட்டு வினோதமான வலியை ஏற்படுத்தி வருவதை அகாகீய் அகாகீவிச் உணர்ந்திருந்தார். இத்தனைக்கும் வீட்டிலிருந்து அலுவலகம் செல்லும் குறிப்பிட்ட அந்தத் தூரத்தை விழுந்தடித்து ஓடி விரைவாகக் கடந்து செல்லவே அவர் தினமும் முயற்சி செய்து கொண்டிருந்தார். இறுதியில் தன் ஓவர்கோட்டில் ஏதாவது குறை இருக்கக் கூடுமோ என்று எண்ண ஆரம்பித்த அவர் தன் அறையில் வைத்து அதை நன்றாகப் பிரித்து ஆராய்ந்து பார்த்தார். அப்போது முதுகுப் பகுதியிலும், தோள்பட்டையிலும் இரண்டு மூன்று இடங்களில் அது மெல்லிய வலையைப்போல இற்றுப் போயிருப்பது தெரிந்தது. துணி மிகவும் நைந்து போய் ஓட்டை விழுந்தது போலக் காட்சியளித்ததோடு, அடிப்பகுதியில் துணிவைத்து இணைத்திருந்த 'லைனிங்' பகுதியும் பிரிந்து கிடந்தது.

அகாகீய் அகாகீவிச்சின் மேல்கோட்டு, அலுவலக குமாஸ்தாக் களால் எப்போதுமே கிண்டலுக்கு உள்ளாக்கப்பட்டு வந்திருக்கிறது என்பதை முதலில் இங்கே குறிப்பிட்டாக வேண்டும். அவர்கள் அதற்குரிய கௌரவமான பெயரால் கூட அதைக் குறிப்பிடு வதில்லை. ஒரு பழைய மேல் அங்கி என்றே அதை ஏளனம் பேசி வந்தனர். நாட்பட நாட்பட அதன் வடிவம் வினோதமாக மாறிச் சென்று கொண்டிருந்தது. ஒவ்வொரு வருடமும் அதன் காலர் பிற பகுதிகளுக்கு ஒட்டுப் போடப் பயன்படுவதால் சுருங்கிக் கொண்டே வந்தது. ஒட்டுப்போடும் வேலையைத் தையல்காரர் கவனத்தோடு நேர்த்தியாகச் செய்யாததால் அவலட்சணமாக, தளர்ந்து போய்த் தொங்கிக் கொண்டிருந்தது அது.

இப்போது சிக்கல் எதுவென்பதைக் கண்டு கொண்டதால் பெத்ரோவிச் என்ற தையல்காரரிடம் தன் 'கோட்'டைக் கொண்டு செல்வது அவசியம் என்று முடிவு செய்தார் அகாகீய் அகாகீவிச்.

அந்தத் தையல்காரர் இருளடர்ந்த மாடிப்படிகள் கொண்ட குடியிருப்பு ஒன்றின் நான்காவது தளத்தில் வசித்து வந்தார். ஒற்றைக் கண்ணில் மட்டுமே பார்வை, முகம் முழுவதும் அம்மைத் தழும்புகள் என்று அவர் இருந்தாலும் அலுவலகங்களில் வேலை செய்பவர்கள், மற்றுமுள்ளவர்கள் என்று எல்லாத் தரப்பினரின் பழுதான கால்சட்டைகளையும், கோட்டுகளையும் வெற்றிகரமாகப் பழுது நீக்கிச் சீர் செய்து கொடுத்து வந்தார் அவர். ஆனால் ஒன்று மட்டும் முக்கியம், அவர் மண்டையில் அப்போது வேறெந்த விஷயங் களும் இருக்கக் கூடாது; முக்கியமாக அவர் குடித்திருக்கக் கூடாது, அவ்வளவுதான்.

தையல்காரரைப் பற்றி இத்தனை விரிவாகச் சொல்லிக் கொண்டு போவது அவசியமில்லைதான்; ஆனாலும் நாவலில் இடம்பெறும் ஒவ்வொரு பாத்திரத்தைப் பற்றியும் தெளிவாகச் சொல்ல வேண்டும் என்ற ஒரு மரபு இருப்பதால் பெத்ரோவிச் என்ற தையல்காரரைப் பற்றி உங்களிடம் சொல்லாமல் இருக்க முடியவில்லை. முதலில் அவர் ஒரு பிரபுவின் அடிமையாக இருந்தபோது அவரது பெயர் கிரிகோரி என்றுதான் இருந்தது. அடிமைத்தனத்திலிருந்து விடுதலை கிடைத்த பிறகு அவர் தன்னைத் தானே பெத்ரோவிச் என்று குறிப்பிட்டுக் கொள்ள ஆரம்பித்து விட்டார். எல்லா விடுமுறை நாட்களின்போதும் மிக அதிகமாகக் குடிக்கவும் தொடங்கி விட்டார். முதலில் பெரிய பண்டிகை விடுமுறைகளின்போது மட்டும்தான் குடித்து வந்தார்; பிறகு எந்த வித்தியாசமும் இல்லாமல் விடுமுறை என்று நாள்காட்டி காட்டும் எல்லா நாட்களிலுமே குடிக்க ஆரம்பித்து விட்டார். இந்த விஷயத்தைப் பொறுத்தவரை அவர் தன் முன்னோர் பின்பற்றிய மரபுகளுக்கு விசுவாசமாக இருந்திருக்கிறார் என்றே சொல்ல வேண்டும். இதற்காக அவரது மனைவி அவரோடு சண்டை பிடிக்கும்போது அவளை ஒரு கீழ்த்தரமான பெண் என்றும் ஜெர்மன்காரி என்றும் அவர் தூற்றுவார்.

இப்போது அவரது மனைவியைப் பற்றிக் குறிப்பிட்டுவிட்டதால் அவளைப் பற்றியும் ஒன்றிரண்டு வரிகளாவது சொல்ல வேண்டியது அவசியமாகிறது. அவள் பெத்ரோவிச்சின் மனைவி என்பதையும் கைக்குட்டைக்குப் பதிலாகத் தலையில் தொப்பியை அணிந்திருப் பவள் என்பதையும் தவிர அதிகமாக வேறு எதுவும் சொல்ல முடியாமலிருப்பது துரதிர்ஷ்டவசமானதுதான். அவளைப் பார்த்த எவருக்குமே அவள் அழகாக இருப்பதாகத் தோன்றியதில்லை. காவல் காக்கும் சிப்பாய்களில் ஒருவன் அவளது தலைத் தொப்பியைத் தூக்கிப் பார்த்து விட்டு மீசையைச் சுளித்தபடி வாந்தி யெடுப்பது போன்ற சத்தங்களைக் கூட உண்டாக்கியிருக்கிறான்.

பெத்ரோவிச்சின் அறையை நோக்கிப் படிகளில் ஏறிக் கொண்டிருந்தார் அகாகீய் அகாகீவிச். நாற்றமடிக்கும் தண்ணீரால் நனைந்து கிடந்த படிகள்; கண்களைப் பாதிக்கும் அளவு கடுமையான அமில நெடி அடிக்கும் சரிவுகள். செயிண்ட் பீட்டர்ஸ்பர்கிலுள்ள வீடுகளின் இருட்டான பின்புறப் படிக்கட்டுகளுக்கே உரிய தனித்துவமான இயல்பு அது. படியில் ஏறிக் கொண்டிருக்கும்போது அந்தக் கோட்டை சரி செய்து தருவதற்குத் தையல்காரர் எவ்வளவு கேட்பார் என்றே யோசித்துக் கொண்டிருந்தார் அகாகீவிச். கூலியாக இரண்டு ரூபிள்களுக்கு மேல் தரக்கூடாது என்றும் மனதுக்குள் முடிவு கட்டி வைத்திருந்தார். வீட்டுக் கதவு திறந்துதான் இருந்தது. பெத்ரோவிச்சின் மனைவி மீன் வறுத்துக் கொண்டிருந் திருக்க வேண்டும். அதை அவள் அதிகமாகப் புகைய விட்டிருந்ததால் அந்த மூட்டத்திற்குள் பூச்சி பொட்டுக்கள் கூடக் கண்ணில் பட வில்லை. பின்பக்கப் படிக்கட்டு வழியாகச் சென்றதால் சமையல றையைத் தாண்டிக் கொண்டுதான் இன்னொரு அறைக்குள் சென்றார் அகாகீவிச். சமைத்துக் கொண்டிருந்த பெண்மணியைக் கூட அவர் கண்டுகொள்ளவில்லை. வண்ணம் பூசப்படாத ஒரு பெரிய மேஜையின் பக்கத்தில் உட்கார்ந்திருந்தார் தையல்காரர் பெத்ரோவிச். துருக்கிய ராணுவத்தின் உயர் அதிகாரியைப் போன்ற பாவனையில் கால்களைக் கோர்த்து மடித்து வைத்து அமர்ந்திருந்தார் அவர். பொதுவாக வேலை செய்யும்போது தையல்காரர்கள் காலணி அணியாததைப்போல அவரும் தன் கால்களில் எதுவும் அணிந்திருக் கவில்லை. அகாகீவிச்சின் கண்ணில் முதலில் தட்டுப்பட்டது அவரது கட்டை விரல்தான். அதன் நகம் முதலை ஓடு போலத் தடிமனாகவும் பல இடங்களில் உருமாறிச் சிதைந்து போயும் இருந்தது. பெத்ரோ விச்சின் கழுத்தைச் சுற்றிப் பட்டு நூல்கண்டு ஒன்று தளர்வாகத் தொங்கிக் கொண்டிருந்தது. அவரது கால்களுக்குக் கீழே ஏதோ பழைய துணி கிடந்தது. ஊசிக்குள் நூலை நுழைக்க முடியாமல் கிட்டத்தட்ட மூன்று நிமிடம் போராடிக் கொண்டிருந்தார் அவர். அங்கே இருந்த இருட்டின் மீதும், நூலின் மீதும் கூடக் கோபப்பட்டு உறுமிக் கொண்டிருந்தார் அவர்.

“ஏ பன்னி உள்ளே போறியா என்ன? என் கையைக் குத்துறியா ராஸ்கல்?”

போயும் போயும் பெத்ரோவிச் கோபமாக இருந்த அந்தத் தருணத்தில் அங்கே வர நேர்ந்ததில் அகாகீவிச்சுக்குச் சங்கடமாகி விட்டது. பெத்ரோவிச்சின் மனம் சற்று லேசாக இருக்கும் சமயத்திலோ அல்லது “இந்த ஒற்றைக் கண்ணன் பிராந்தி குடித்து விட்டால் நிம்மதியாக இருப்பான்” என்று தையல்காரரின் மனைவி குறிப்பிடுவது போல அப்படி ஒரு சந்தர்ப்பத்திலோதான் அவர் தன் வேலையைக் கொடுக்க நினைத்திருந்தார். அப்படிப்பட்ட

சந்தர்ப்பங்களில் கூலியைக் குறைத்துக் கொள்ள மிக எளிதாக உடன்பட்டுவிடுவார் தையல்காரர். மண்டியிட்டு வணங்கி நன்றி கூடச் செலுத்தி விடுவார். ஆனால் அதற்குப் பிறகு அவரது மனைவி நிச்சயமாக அங்கே ஆஜராகி விடுவாள்; தன் கணவர் குடித்திருந்த காரணத்தால்தான் கூலியை அத்தனை குறைவாகக் கேட்டார் என்று புகார் செய்வாள். பத்து கோபெக் (நாணயம்) கூடச் சேர்த்துக் கொடுப்பதாகச் சொல்லிவிட்டால் அவ்வளவுதான் அதோடு காரியம் முடிந்துவிடும். ஆனால் இப்போதோ பெத்ரோவிச் குடிக்காமல் நிதானத்துடன்தான் இருக்கிறார். அதனால் முரட்டுத்தனமாகவும், கறாராகவும் கூலியைக் கேட்க வாய்ப்பிருக்கிறது. அது எவ்வளவோ, அது அந்தச் சாத்தானுக்குத்தான் தெரியும். இந்தச் சூழ்நிலையைப் புரிந்து கொண்டு வேகமாக அங்கிருந்து அகன்று பின்வாங்கிச் சென்று வெளியேறிவிடவே நினைத்தார் அகாகீய் அகாகீவிச். அதற்குள் பெத்ரோவிச் தன் ஒற்றைக் கண்ணைச் சுருக்கி அவரைக் கூர்மையாகப் பார்த்து விட்டதால்,

"எப்படி இருக்கிறீர்கள் பெத்ரோவிச்" என்று தன்னிச்சையாகவே சொல்லி விட்டார் அகாகீவிச்.

"குட் மார்னிங் சார்" என்று சொன்னபடியே எப்படிப்பட்ட மோசமான துணியை அவர் கொண்டு வந்திருக்கிறார் என்று தன் கண்களால் நோட்டம் விட்டார் பெத்ரோவிச்.

"அதுவந்து பெத்ரோவிச் இது இதைக் கொஞ்சம்" அகாகீய் அகாகீவிச் துண்டு துண்டான ஏதோ சொற்களாலும், தொடர் களாலும், அடைமொழிகளாலும் தான் சொல்லவந்ததைச் சொல்ல முயன்று கொண்டிருந்தார். எந்த அர்த்தமும் இல்லாத வார்த்தைகள் அவை. விஷயம் சிக்கலானதாக இருக்கும்போது அவர் எப்போதுமே தான் சொல்லிக் கொண்டிருக்கும் வாக்கியத்தைப் பேசி முடித்துவிட மாட்டார். "அது வந்து' 'அது என்ன வென்றால்' 'உண்மையில் நான் சொல்லவந்தது இதேதான்" என்றெல்லாம் சொல்லிவிடுவார். ஆனால் தான் சொல்ல வந்ததைச் சொல்லவே இல்லை என்பதை மட்டும் அவர் மறந்து போயிருப்பார்.

"என்ன இது?" என்று அகாகீவிச்சின் சீருடை முழுவதையும் காலர், கஃப், பின்பகுதி, பொத்தான் துளைகள் என்று எல்லா வற்றையும் தன் ஒற்றைக் கண்ணால் துருவிக் கொண்டே கேட்டார் பெத்ரோவிச். அவை எல்லாமே அவருக்கு நன்றாக அறிமுகமானவை; அவரது கை வேலைக்கு உட்பட்டிருப்பவைதான் அவை. பொது வாக ஒருவரைச் சந்திக்கும்போது அவர்கள் கையிலிருப்பதை இப்படிப் பார்ப்பது தையல்காரர்களுக்கு வழக்கம்தான்.

"அதாவது இதோ இதைப் பாருங்கள், இந்தத் துணி, இந்த கோட் இந்த இடத்தில் மட்டும் கொஞ்சம் சரியாக இல்லை, மற்ற

எல்லா இடங்களிலும் பல இடங்களிலும் அது நன்றாக உறுதியாகத் தான் இருக்கிறது. என்ன? லேசாக அழுக்கேறிப் பழையதாய் இருக்கிறது, ஆனால் இது புதியதுதான். இதோ இந்த ஒரு இடத்தில் முதுகில் மட்டும், அப்புறம் தோள்பட்டையில் மட்டும் லேசாக நைந்துபோயிருக்கிறது. பார்த்தீர்களல்லவா? அவ்வளவுதான் சின்ன வேலைதான்."

பெத்ரோவிச், தளர்வான அந்த மேலங்கியை எடுத்து மேஜையில் பரத்திப்போட்டு முழுமையாக அலசி ஆராய்ந்து பார்த்தார். பிறகு மறுப்பின் அறிகுறியாகத் தலையை ஆட்டிவிட்டு ஜன்னல் திட்டில் வைத்திருந்த மூக்குப்பொடி டப்பாவை எடுத்துக் கொண்டார். அந்த டப்பாவின் மேல் மூடியை யாரோ ஒரு தளபதியின் படம் அலங்கரித்துக் கொண்டிருந்தது. ஆனால் அந்தத் தளபதி யாரென்றே கண்டுபிடிக்க முடியாத வகையில் அந்த முகத்தின் மீது எத்தனையோ முறை கை விரல்கள் உராய்ந்து அது தேய்ந்து போயிருக்க வேண்டும். அந்தப் படத்தின் மீது ஒரு சதுரமான காகிதத் துண்டும் கூட ஒட்டப்பட்டிருந்தது. கொஞ்சம் பொடியை எடுத்து உறிஞ்சிய பிறகு மறுபடியும் அந்த மேலங்கியை வெளிச்சத்தில் வைத்துப் பிரித்துப் பார்த்த பெத்ரோவிச் மீண்டும் முடியாது என்பது போலத் தலையை ஆட்டிவிட்டார். காகிதத் துண்டு ஒட்டப்பட்ட, தளபதி படம் போட்ட அந்தப் பொடி டப்பியை மறுபடியும் எடுத்து ஒரு உறிஞ்சு உறிஞ்சியபின் அதை மூடித் தள்ளி வைத்துவிட்டு உறுதியாக இப்படிச் சொன்னார்:

''இல்லை இதைச் சரிசெய்து தைப்பது என்பது நிச்சயம் முடியாது. இது மிகவும் கேவலமான நிலையில் இருக்கிறது."

அகாகீய் அகாகீவிச்சின் இதயம் இந்த வார்த்தைகளைக் கேட்டதும் அப்படியே சாம்பிப்போய் விட்டது.

"ஏன் முடியாதென்று சொல்கிறீர்கள் பெத்ரோவிச்?" என்று ஒரு குழந்தை கெஞ்சுவதைப் போன்ற குரலில் கேட்டார் அவர்.

"இதோ பாருங்கள் தோள்பட்டையைச் சுற்றி நைந்து போயிருக்கிறது, அவ்வளவுதானே? வெட்டிப்போட்ட துணித் துண்டுகள் உங்களிடம் நிச்சயம் இருக்கும்தானே?"

"ஒட்டுத்துணிகள் இல்லாமல் என்ன? அதெல்லாம் எளிதாகக் கிடைத்துவிடும்" என்றார் பெத்ரோவிச்.

"ஆனால் அவற்றை இதில் பொருத்தித் தைக்க முடியாது. கோட் முழுவதுமே கந்தலாகிப் போயிருக்கிறது. இதில் ஒரு ஊசியை நுழைத்தால் போதும், அத்தனையும் கிழிந்துவிடும்."

"சரி அப்படிக் கிழிந்தால் உடனே நீங்கள் ஒட்டுப் போட்டு விடலாமே."

“ஆனால் அப்படியெல்லாம் ஒட்டுப்போடக்கூட அது தாங்காது. அப்படி ஒட்டுப்போட்டுக் கொண்டே போவதில் எந்தப் பிரயோஜனமும் இல்லை. அது அளவுக்கு மீறி நைந்து போயிருக்கிறது. நல்ல காலம் அது துணி, இல்லையென்றால் இத்தனை நேரத்துக்கு ஒரு காற்றடித்தாலே கூடப் பறந்துபோய்விடும்.”

“எப்படியோ நீங்கள் அதற்கு ஒட்டுப்போட்டு சரி செய்து விட முடியும் என்றுதான் நினைக்கிறேன். இல்லையென்றால் நான் என்ன நினைக்கிறேன் என்றால்.”

“இல்லை அது முடியாது” என்று தீர்மானமாகப் பதிலளித்தார் பெத்ரோவிச்.

“அதில் இனிமேல் செய்வதற்கு எதுவுமே இல்லை. எதற்குமே அது உபயோகப்படாது. குளிர்காலம் வரும்போது வேண்டுமானால் நீங்கள் அந்தத் துணியிலிருந்து காலுறைகளை உண்டாக்கிக் கால்களை அவற்றால் சுற்றி வைத்துக் கொள்ளலாம். அப்போது குளிரைத் தாங்குவதற்கு சாக்ஸ் மட்டும் போதுமானதாக இருப்பதில்லை. காசு பார்ப்பதற்காக ஜெர்மானியர்கள்தான் முதலில் அதைக் கண்டு பிடித்தார்கள்.”

சந்தர்ப்பம் கிடைக்கும்போதெல்லாம் ஜெர்மானியர்களைக் குத்திப் பேசுவது பெத்ரோவிச்சுக்கு மிகவும் பிடித்தமானது.

“ஆனால் உங்களைப் பொறுத்த வரை இப்போது நீங்கள் ஒரு புதிய ஓவர்கோட்தான் தைத்தாக வேண்டும்.”

‘புதிய’ என்ற வார்த்தையைக் கேட்டதுமே அகாகீய் அகாகீவிச்சின் கண்களுக்கு முன்னால் எல்லாம் இருட்டிக் கொண்டுவந்தது. அறையிலிருந்த எல்லாமே சுழல்வது போலிருந்தது அவருக்கு. பொடி டப்பாவின் மீதிருந்த துண்டுச்சீட்டு ஒட்டப்பட்ட தளபதியின் முகத்தை மட்டுமே அவரால் பார்க்க முடிந்தது.

“என்ன, புதிய கோட்டா?” என்று இன்னும் கனவிலிருந்து விழித்துக் கொள்ளாதவரைப் போலக் கேட்டார் அவர்.

“ஐயோ அதற்கெல்லாம் என்னிடம் பணம் இல்லையே” என்றார்.

“ஆமாம் புதியதுதான்” என்று காட்டுமிராண்டித்தனமான தோரணையில் பதிலளித்தார் தையல்காரர்.

“சரி உண்மையிலேயே புதிய கோட்தான் தைத்தாக வேண்டுமென்றால் அதற்கு எவ்வளவு.”

“எவ்வளவு பணம் தேவைப்படும் என்று கேட்கிறீர்களா?”

“ஆமாம்”

“அது என்ன ஒரு நூற்று ஐம்பது ரூபிளோ, அதற்கு மேலும் கொஞ்சமுமோ ஆகலாம்” என்று சொல்லிவிட்டு வேண்டுமென்றே ஏதோ ஒரு நோக்கத்துடன் தன் வாயை அழுத்தமாக மூடிக் கொண்டார் பெத்ரோவிச். பொதுவாக தான் பேசுவதற்குப் பலத்த எதிர்விளைவுகளை உண்டாக்குவதில் விருப்பம் கொண்டிருப்பவர் அவர். எதிரிலிருப்போரை திடீரென்று அதிர்ச்சிக்கு ஆளாக்கிவிட்டு, அவர்களது முகபாவனை எப்படி மாறுகிறது என்று திருட்டுத் தனமாகப் பார்ப்பது அவருக்குப் பிடித்தமான விஷயம்.

“என்னது? மேல்கோட்டுக்கு நூற்றைம்பது ரூபிளா?” என்று பாவப்பட்ட அகாகீய் அகாகீவிச் தன்னை மறந்து ஒரு கணம் உரத்துக் கூச்சலிட்டு விட்டார். அவரது குரல் எப்போதுமே மென் மையானதாக இருக்கும் என்பதால் அவர் இப்படிக் கத்தியது ஒரு வேளை வாழ்க்கையில் முதல் முறையாகக் கூட இருக்கலாம்.

“ஆமாம் சார்” என்றார் பெத்ரோவிச்.

“எப்படிப்பட்ட கோட் தைப்பதாக இருந்தாலும் அந்த அளவு செலவழித்தாக வேண்டும்.”

“காலர் பகுதியில் கீரி ரோமம் வைக்க வேண்டுமென்றாலோ தலைப்பகுதியில் பட்டுத் துணியில் கரை வைக்க வேண்டு மென்றாலோ இருநூறு ரூபிளைக் கூட எட்டிவிடும்.”

“பெத்ரோவிச் கொஞ்சம் தயவு செய்யுங்கள் பெத்ரோவிச்” பெத்ரோவிச் சொல்லும் எதையும் காதில் போட்டுக் கொள்ளாமல், அவரது நாடக பாவனைகள் எவற்றையும் பொருட்படுத்தாமல் கெஞ்சினார் அகாகீவிச்.

“இன்னும் சிறிது காலத்துக்காவது உழைக்கும் அளவுக்குக் கொஞ்சம் சரிசெய்து கொடுங்கள்.”

“அது முடியவே முடியாது. காலமும் காசும் விரயமாவதுதான் மிச்சம்” என்றார் பெத்ரோவிச்.

இந்த வார்த்தைகளுக்குப் பிறகு மொத்த நம்பிக்கையையும் இழந்து உடைந்து போனவராய் அங்கிருந்து வெளியேறினார் அகாகீய் அகாகீவிச். அவர் அங்கிருந்து கிளம்பிப் போன பிறகும் தன் வேலைக்குத் திரும்பிச் செல்லாமல் அசையாமல் வெகுநேரம் அப்படியே நின்று கொண்டிருந்தார் பெத்ரோவிச். அவரது உதடுகள் பொருள் பொதிந்த மௌனத்துடன் அழுத்தமாக மூடியிருந்தன. தன் சொந்த கௌரவத்தை மட்டுமல்லாமல் ஒட்டு மொத்தத் தையல் தொழிலின் மதிப்பையே காப்பாற்றி விட்டதாக உள்ளூர சந்தோஷப் பட்டுக் கொண்டிருந்தார் அவர்.

அகாகீய் அகாகீவிச் ஏதோ கனவில் நடப்பதைப் போல வெளியே நடந்து வந்து தெருவில் இறங்கினார்.

“அப்படியென்றால் நிலைமை இதுதான்” என்று தனக்குத் தானே சொல்லிக் கொண்டார் அவர்.

"ஆனால் இப்படியாகுமென்று நான் யோசித்துக் கூடப் பார்க்கவில்லையே."

பிறகு ஒரு சிறிய இடைவெளிக்குப் பிறகு மீண்டும் இப்படிப் பேசிக் கொண்டார்.

"சரி நிலைமை இதுதான். கடைசியில் இப்படி ஆகிவிட்டதே, உண்மையில் நான் இதைக் கொஞ்சம் கூட எதிர்பார்க்கவில்லையே."

மறுபடியும் நெடுநேர மௌனம்.

"சரி நிலைமை என்னமோ அப்படித்தான் இருக்கிறது. விஷயங்கள் அப்படித்தான் போய்க் கொண்டிருக்கின்றன ஆனால் கொஞ்சம் கூட நான் இதை எதிர்பார்க்கவில்லையே? இது முடியவே முடியாத ஒரு காரியமாயிற்றே."

இவ்வாறு முணுமுணுத்துக் கொண்டே வீட்டுக்குச் செல்வதற்குப் பதிலாக அதற்கு நேர் எதிர்த்திசையில் சென்று கொண்டிருந்தார் அவர். தான் என்ன செய்கிறோம் என்ற பிரக்ஞை அவரிடம் சுத்தமாக இல்லை.

அவர் நடந்து போய்க் கொண்டிருந்தபோது புகைபோக்கியைச் சுத்தம் செய்பவனின் கரிபடர்ந்த உடலின் மீது அவர் மோதிக் கொண்டதில் அவரது கோட்பகுதி முழுவதும் கறுப்பாகி விட்டி ருந்தது. கட்டிட வேலை நடந்து கொண்டிருந்த ஒரு வீட்டில் மேல் பகுதியிலிருந்து ஒரு வாளி சுண்ணாம்பு அவர் மீது வந்து விழுந்தது. அவர் எதையுமே கவனிக்கவில்லை. 'ஹெல்பெர்ட்'டை இடுப்பில் வைத்துக் கொண்டிருந்த ஒரு காவலாளியின் மீது அவர் மோதிக் கொள்ள நேர்ந்தது. சொரசொரப்பான தன் உள்ளங்கையில் மூக்குப் பொடியைக் கசக்கிக் கொண்டிருந்த அவன் அவரைப் பார்த்து,

"உங்களுக்கென்ன நடைபாதையா இல்லை? ஏன் இப்படி ஒரு ஆள் மீது வந்து மோதுகிறீர்கள்." என்று சத்தம் போட்ட பிறகுதான் அவர் ஓரளவு தன் சுய உணர்வுக்கு மீண்டார். அதன் பிறகுதான் அவர் சுற்றுமுற்றும் பார்த்துவிட்டு வீட்டுக்குப் போகத் திரும்பினார். தன் எண்ணங்களை ஒழுங்குபடுத்திக் கொண்டு யதார்த்த நிலையைத் தெளிவாக உள்ளது உள்ளபடி யோசித்துப் பார்க்க ஆரம்பித்தார். நம்பிக்கைக்குரிய ஒரு நண்பனிடம் தன் அந்தரங்கமான தனிப்பட்ட விஷயங்களைப் பற்றி விவாதிப்பதைப் போலத் தனக்குள்ளேயே விவாதித்துக் கொண்டார்.

"இல்லையில்லை இப்போது பெத்ரோவிச்சிடம் இதைப் பற்றிப் பேச முடியாது. அதற்குச் சரியான நேரமில்லை இது. இப்போது அவர் மனைவி அவரை நன்றாக ஒரு போடு போட்டுக் கொண்டிருப் பாள். ஞாயிற்றுக்கிழமை காலையில் அவரைப் பார்க்கப் போவது

---

* ஹெல்பெர்ட்: ஈட்டியும், கோடாரியும் இணைந்திருப்பது போன்ற ஓர் ஆயுதம்.

தான் சரியாக இருக்கும். சனிக்கிழமை இரவுக்குப் பிறகு அவர் ஓரக்கண் பார்வையோடு களைப்பாகத் தெரிவார்; அவருக்கு அப்போது குடிக்க வேண்டும் போலிருக்கும், ஆனால் மனைவி காசு கொடுத்திருக்க மாட்டாள். அப்போது நான் மெதுவாக ஒரு பத்து கோபெக் நாணயத்தை அவரிடம் கொடுத்து விட்டால் போதும், அவர் கொஞ்சம் சமாதானமாகிவிடுவார். பிறகு அந்த மேல்கோட்டு விஷயத்தைப் பற்றி" இவ்வாறு தனக்குள்ளேயே சொல்லிக் கொண்ட அகாகீய் அகாகீவிச் தான் இழந்த தைரியத்தைச் சற்று மீட்டுக் கொண்டு அடுத்த ஞாயிறுவரை காத்திருந்தார். பெத்ரோவிச்சின் மனைவி வீட்டிலிருந்து வெளியே செல்வதைப் பார்த்தபிறகு, நேராக அவரிடம் சென்றார்.

சனிக்கிழமை இரவு மிதமிஞ்சிக் குடித்திருந்ததில் அவரது கண் சோர்வாக, ஒருச்சாய்த்தது போலக் காணப்பட்டது. தலையைத் தொங்கவிட்டபடி தூக்க மயக்கத்தில் இருந்தார் அவர். ஆனால் இத்தனைக்கும் நடுவே அகாகீவிச் எதற்காக வந்திருக்கிறார் என்பது தெரிந்ததும் ஏதோ பிசாசு தீண்டியதைப் போல விழித்துக் கொண்டார்.

"அதைச் செய்யவே முடியாது; அது அசாத்தியம். தயவு செய்து புதிய கோட் தைத்துக் கொள்ளுங்கள்" என்றார். உடனே அகாகீய் அகாகீவிச் அந்தப் பத்து கோபெக் நாணயத்தை மெல்ல அவரிடம் தந்தார்.

"நன்றி ஐயா உங்கள் நலனுக்காகக் கொஞ்சம் குடிக்கிறேன். ஆனால் அந்தக் கோட்டுக்காக இனிமேல் அலட்டிக் கொள்ளாதீர்கள். அது முழுசாய்ப் பாழாகிவிட்டது. நான் உங்களுக்கு முதல் தரமான புதிய கோட் தைத்துத் தருகிறேன். இப்போது அதைப் பற்றிப் பேசி முடிவு செய்யலாம்" என்றார் பெத்ரோவிச்.

ஆனால் அகாகீய் அகாகீவிச்சோ, தொடர்ந்து பழைய கோட்டைச் சரிசெய்ய வேண்டுமென்பதிலேயே குறியாக இருந்தார். பெத்ரோவிச்சோ அதைக் காதிலேயே போட்டுக் கொள்ளவில்லை.

"நான் நிச்சயம் உங்களுக்கு ஒரு புது கோட் தைத்துத் தந்து விடுகிறேன். என்னால் முடிந்தவரை பிரமாதமாக அதைத் தயார் செய்து விடுவேன் என்று நீங்கள் உறுதியாக நம்பலாம். இப்போது உள்ள நாகரிக பாணியின்படி காலரில் வெள்ளிக் கொக்கிகள் கூட உங்களுக்காக வைத்துத் தந்துவிடுகிறேன்" என்று பேசிக் கொண்டு போனார் அவர்.

இதற்கு மேல் புதுக்கோட் வாங்குவதைத் தவிர வேறு வழியில்லை என்பதைப் புரிந்து கொண்டார் அகாகீவிச். அவரது மனம் மிகவும் சோர்ந்து போயிற்று. அதற்கான வழிதான் என்ன? அதற்கு ஆகும் பணம் எங்கிருந்து எப்படிக் கிடைக்கப்போகிறது

அவருக்கு? தொடர்ந்து வரப்போகும் கிறிஸ்துமஸ் போனஸ் பற்றிக் கொஞ்சம் நினைத்துப் பார்க்கலாம் என்றால் அந்தப் பணத்தை வெகு நாட்களுக்கு முன்பே வேறு தேவைகளுக்காக அவர் ஒதுக்கி வைத்துவிட்டார். புதிய கால்சராய்கள் வாங்கியாக வேண்டும்; தன்னுடைய பழைய பூட்ஸுகளின் மேல் பகுதியை மாற்றித் தந்ததற்காக செருப்புத் தைப்பவரிடம் பாக்கி வைத்திருக்கும் கடனை அடைக்க வேண்டும்; மூன்று சட்டைகளுக்குத் தையல்காரிக்குக் காசு கொடுக்க வேண்டும்; கட்டாயமாக ஒரு ஜோடி உள்ளாடைகள் வாங்கியே ஆக வேண்டும். அதிலேயே எல்லாப் பணமும் செலவாகி விடும். மேலதிகாரி அவரிடம் கருணை காட்டி, நாற்பது ரூபிள்களுக்கு பதிலாக நாற்பத்தைந்து அல்லது ஐம்பது ரூபிள் தரச் சொன்னாலும் ஓவர்கோட்டின் பட்ஜெட்டைப் பொறுத்தவரை அது பெரிய சமுத்திரத்தின் ஒரு துளி மட்டும்தான்.

சில சமயங்களில் பெத்ரோவிச் ஏன் அவ்வளவு அதிகமான கூலி கேட்கிறார் என்பது கடவுளுக்குத்தான் தெரியும். அப்போது அவரது மனைவியே கூட அவரை அதற்காகக் கடிந்துகொள்வ துண்டு.

“என்ன இது முட்டாள்தனம்? உங்களுக்கு என்ன பைத்தியமா? ஒரு சமயம் எந்தக் கூலியுமே இல்லாமல் வேலை செய்கிறீர்கள். அடுத்த நிமிடமே உங்களுக்குள் ஏதாவது புகுந்து கொண்டு விட்டால் தகுதிக்கு மீறி அதிகமாகக் கேட்க ஆரம்பித்து விடுகிறீர்கள்.”

ஆனால் எண்பது ரூபிள்கள் தந்தால் கோட் தைத்துத் தர பெத்ரோவிச் ஒத்துக் கொண்டு விடுவார் என்பதையும் அகாகீவிச் அறிந்திருந்தார். அந்த எண்பது ரூபிளுக்குக்கூடத் தான் எங்கே போவது? அதில் பாதி பணம் அவர் ஒரு மாதிரி சமாளித்து விடலாம், ஆமாம் அதில் பாதியை ஒரு மாதிரி தேற்றி விட முடியும், மீதிப் பாதி எங்கிருந்து வரும்? இப்போது முதல் பாதி பணம் எங்கிருந்து வரும் என்பதை வாசகர்களுக்குச் சொல்லியாக வேண்டும். தான் ஒவ்வொரு ரூபிள் செலவழிக்கும்போதும் ஒரு செப்புச் சில்லறை நாணயத்தை உண்டியலில் போட்டு வைப்பது என்ற வழக்கத்தை அவர் கடைப்பிடித்து வந்தார். அந்த உண்டியல் பெட்டியின் மேற்பகுதியில் ஒரு துளையும், பக்கவாட்டில் பூட்டு சாவியும் இருந்தன. ஆறுமாதங்களுக்கு ஒரு முறை அந்தச் செப்புக் காசுகளை வெளியிலெடுத்து வெள்ளி நாணயங்களாக அவர் மாற்றிவிடுவார். வெகுகாலமாக அவர் இப்படிச் செய்து கொண்டு வந்ததால் காலப் போக்கில் அது நாற்பது ரூபிளாக வளர்ந்திருந்தது. அதனால் ஒரு பாதி பணம் அவரிடம் இருந்தது. மறு பாதிக்கு எங்கே போவது? இன்னொரு நாற்பது ரூபிள் எங்கிருந்து கிடைக்கும்? தலையை உடைத்துக் கொண்டு பல விதமாக யோசித்துப் பார்த்த

அகாகீய் அகாகீவிச், தன் அன்றாடச் செலவுகளைக் குறைத்துக் கொள்வதென்ற முடிவுக்கு வந்தார். குறைந்தபட்சம் ஒரு வருடத்துக் காவது அப்படிச் செய்ய வேண்டும். மாலையில் தேநீர் அருந்தக் கூடாது; மெழுகுவர்த்தி ஏற்றக் கூடாது; ஏதாவது வேலை செய்யவேண்டி யிருந்தால் வீட்டுச் சொந்தக்காரியின் அறைக்குச் சென்று அங்குள்ள வெளிச்சத்தில் அதைச் செய்ய வேண்டும். தெருவில் நடந்து போகும் போது மெதுவாக கவனமாக கற்களில் இடறிக் கொண்டு விடாமல் முடிந்தவரை அடிமேல் அடிவைத்துக் கூடச் செல்ல வேண்டும்; அப்போதுதான் அவரது பூட்ஸின் குதிகால் பகுதிகள் சீக்கிரம் நைந்து போகாமல் இருக்கும்; முடிந்தவரை குறைவான உடுப்புக் களையே சலவைக்குத் தர வேண்டும்; ஆடைகளில் அழுக்குப் படியாமல் இருக்க வேண்டுமென்றால் வீடு திரும்பியதுமே அவற்றைக் களைந்து போட்டுவிட்டு அவர் வெகுகாலமாக கவனமுடன் பாதுகாத்து வரும் பழைய பருத்தி மேல்அங்கியை வீட்டில் அணிந்து கொண்டுவிட வேண்டும்.

உண்மையில் சொல்ல வேண்டுமென்றால் இப்படிப்பட்ட செலவுக் குறைப்புக் கட்டுப்பாடுகள் ஆரம்பத்தில் அவருக்குக் கொஞ்சம் கஷ்டமாகத்தான் இருந்தன. பிறகு எப்படியோ காலப் போக்கில் அவற்றுக்கு அவர் பழகிக் கொண்டார். எல்லாம் மீண்டும் சீராகப் போகத் தொடங்கிவிட்டன. மாலை வேளைகளில் பசியோடு இருக்கக்கூட அவர் பழகிக் கொண்டு விட்டார். ஆனால், தன் ஆன்மாவைத் தான் வாங்கப் போகும் 'ஓவர்கோட்' பற்றிய எண்ணங்களாலேயே முழுக்க முழுக்க அவர் நிரப்பிக் கொண்டார். அப்பொழுது முதல் அவரது வாழ்வின் இருப்பு ஏதோ ஒரு வகையில் முழுமை அடைந்து விட்டதைப் போல் தோன்றியது; அவருக்குத் திருமணம் முடிந்து அவரோடு இன்னொரு மனித உயிரும் வாழ்ந்து கொண்டிருப்பது போலவோ அல்லது வாழ்க்கைப் பாதையில் தனி ஒருவராக இல்லாமல் அவருடன் எப்போதுமே பயணித்துக் கொண்டிருக்கும் ஓர் இனிமையான கூட்டாளியுடன் இருப்பது போலவோ அவர் காணப்பட்டார். அவருக்குத் துணையாய், நட்பாய் வாய்த்தது உட்புறத்தில் கனமாக அடர்த்தியாகப் பொதியப்பட்டு, அடிப்புறம் துணியால் பட்டி [லைனிங்] வைத்துத் தைக்கப்பட்ட ஓவர்கோட்டேயன்றி வேறு எதுவும் இல்லை. எப்படியோ ஒரு வகையில் அவர் உற்சாகமாகவும், தன் வாழ்வின் இலக்கு எது என்பதைக் கண்டு கொண்ட மனிதரைப்போல் உறுதியான உள்ளம் படைத்தவராகவும் கூட மாறிவிட்டிருந்தார். அவரது முகத்திலும் அவர் செய்யும் செயல்களிலும் இத்தனை காலம் குடியிருந்த சந்தேகம், பயம், தயக்கம் ஆகிய உணர்வுகளெல்லாம் கூடக் காணாமல் போயிருந்தன.

சில சமயங்களில் அவர் கண்களில் ஏதோ ஒரு சிறிய ஒளிக்கீற்று கனலுவதைக் கூடக் காணமுடிந்தது. மிகமிகத் துணிச்சலான விதவிதமான வித்தியாசமான எண்ணங்கள் அவரது உள்ளத்தில் எப்போதாவது மின்னலடிக்கும்போது கீரியின் ரோமத்தை காலரில் வைத்துத் தைத்துக் கொள்ளலாமா என்றுகூட அவருக்குத் தோன்றி யிருக்கிறது. இப்படிப்பட்ட எண்ணங்கள் கட்டுமீறிச் செல்லும்போது வேலையிலிருந்து கூட அவர் கவனம் திசை திரும்ப நேர்ந்தது. ஒரு முறை ஒரு கடிதத்தை நகல் எடுத்துக் கொண்டிருந்தபோது ஏதோ தவறாய்ப் போனதுபோலத் தோன்றியதுமே "ஓ" என்று மென்மையாகக் கத்தியபடி சிலுவைக் குறிபோட்டுக் கொண்டார் அவர். மாதம் ஒரு முறையாவது பெத்ரோவிச்சை சந்தித்து ஓவர் கோட்டைப் பற்றிப் பேசுவது அவருக்கு வழக்கமாகிப் போயிற்று. கோட்டுத் துணியை வாங்க ஏற்றதான நல்ல இடம், விலை, அதன் நிறம் என்று இப்படியெல்லாம் பிறகு வீட்டுக்குத் திரும்பும்போது சிறிது கவலை இருந்தாலும், வாங்குவது மற்ற எல்லா வேலைகளும் முடிந்து 'கோட்' தயாராகப் போகும் அந்தக் கடைசிக்கட்டத்தை நினைத்துப் பார்த்து அவர் சமாதானமாகி விடுவார்.

அவர் எதிர்பார்த்ததை விட விரைவாகவே எல்லாம் நடந்தன. அகாகீய் அகாகீவிச் கொண்டிருந்த எதிர்பார்ப்புகளையெல்லாம் மீறி, அவரது தலைமை அதிகாரி அவருக்கு நாற்பது ரூபிள்களோ, நாற்பத்தைந்து ரூபிள்களோ தராமல் முழுதாய் அறுபது ரூபிள்களைத் தந்தார். அகாகீவிச்சுக்கு ஒரு 'ஓவர்கோட்' தேவை என்ற உள்ளுணர்வு அந்த அதிகாரிக்கு இருந்ததா அல்லது அது ஒரு தற்செயல் நிகழ்வா என்பது தெரியவில்லை. அது எதுவாக இருந்தாலும் இப்போது அவருக்குக் கூடுதலாக இருபது ரூபிள்கள் கிடைத்திருந்தன. அதனால் விஷயங்களும் துரிதமாகவே நடக்கத் தொடங்கின. மேலும் இரண்டு மூன்று மாதங்கள் சற்றுப் பட்டினி கிடந்த பிறகு அகாகீய் அகாகீவிச்சுக்கு எண்பது ரூபிள்கள் சேர்ந்திருந்தன. பொதுவாக எப்போதும் அமைதியாக இருக்கும் அவரது நெஞ்சம் இப்பொழுது படபடக்கத் தொடங்கியிருந்தது. பணம் முழுவதும் சேர்ந்ததும் உடனேயே அதே நாளில் பெத்ரோவிச்சுடன் கடைக்குக் கிளம்பி விட்டார் அவர். கிட்டத்தட்ட ஆறு மாதங்களாக இந்த விஷயத்தை அலசிக் கொண்டிருந்ததால் அவர்கள் மிக நல்ல துணியை அதுவும் நியாயமான விலையில் தேர்ந்தெடுத்து வாங்கியிருந்தார்கள். கடைகளுக்குச் சென்று துணியின் விலை விவரத்தை விசாரிக்காமல் கடந்த ஒரு மாதம் கூட அகாகீவிச்சுக்குக் கழிந்ததில்லை. இதை விடச் சிறந்ததாக வேறு எந்தத் துணியையும் வாங்க முடியாது என்று பெத்ரோவிச்சே சொல்லிவிட்டார். உட்புறம் அடியில் வைத்துத் தைக்கும் துணியை அவர்கள் பருத்தியில் தேர்ந்தெடுத்தனர். கனமாக, உறுதியாக இருந்ததால் பட்டுத் துணியை விட அது

நன்றாக இருக்கக்கூடும் என்றும் அதைவிடக் கூட அழகாகவும், பளபளப்பாகவும் இருக்குமென்றும் பெத்ரோவிச் தீர்மானமாகச் சொல்லிவிட்டார். அவர்கள் கோட்டில் வைப்பதற்குக் கீரி ரோமம் வாங்கவில்லை. அது அதிக விலை கொண்டதாக இருந்ததால் இருப்பதிலேயே மிகச் சிறந்த பூனைரோமத்தை வாங்கிக் கொண்டனர். தூரத்திலிருந்து பார்க்கும் போது அதற்கும் கீரி ரோமத்துக்கும் அதிக வித்தியாசம் தெரியவில்லை.

ஓவர்கோட் தயாரிக்க பெத்ரோவிச்சுக்கு இரண்டு வாரங்கள் முழுமையாகத் தேவைப்பட்டன. உள்ளே துணிபொதிந்து தைக்க வேண்டிய வேலை நிறைய நேரத்தை எடுத்துக் கொண்டது; இல்லாவிட்டால் இன்னும் கூட சீக்கிரமே அது முடிந்திருக்கக்கூடும். தான் செய்த வேலைக்கு மட்டும் அதற்கு மேல் குறைக்க முடியாதென்று சொல்லியபடி பன்னிரண்டு ரூபிள்களைக் கூலி யாகக் கேட்டார் பெத்ரோவிச். எல்லா இடங்களிலும் பட்டு நூலால் இரண்டு தையல் போடப்பட்டிருந்தது. ஒவ்வொரு முறை தையல் போட்டபிறகும் அதைத் தன் பற்களால் பலவிதமாக அழுத்திப் பரிசோதனை செய்தும் பார்த்தார் பெத்ரோவிச்.

குறிப்பிட்ட அந்த நாள் எது என்பதைத் துல்லியமாகச் சொல்வது கஷ்டம்தான் என்றாலும் பெத்ரோவிச் கோட்டைத் தைத்து முடித்து வீட்டுக்குக் கொண்டு வந்த அந்த நாள்தான் அகாகீய் அகாகீவிச்சின் வாழ்க்கையிலேயே மறக்க முடியாத மகத் தான ஒரு நாளாக இருந்திருக்க வேண்டும். சரியாக அவர் அலுவல கத்துக்குக் கிளம்பிக் கொண்டிருந்த ஒரு காலை நேரத்தில் பெத்ரோவிச் அதை எடுத்துக் கொண்டு வந்தார். கோட் வந்து சேருவதற்கு இதைவிடப் பொருத்தமான சரியான நேரம் வேறு எதுவுமே இருக்க முடியாது. காரணம் அப்போது மிகக் கடுமையாகக் குளிரடித்துக் கொண்டிருந்தது; இன்னும் கூட அதிகரிக்குமோ என்று பயங்காட்டிக் கொண்டும் இருந்தது.

ஒரு நல்ல தையல்காரர் செய்வது போல பாந்தமான முறையில் கோட்டை எடுத்து வந்தார் பெத்ரோவிச். இதுவரை அகாகீய் அகாகீவிச் கண்டிராத குறிப்பிடத்தக்க ஒரு முகபாவனை பெத்ரோ விச்சிடம் குடியேறியிருந்தது. தான் செய்தது சராசரியான தையல் காரர்கள் செய்வது போல வெறுமே ஒட்டுப்போட்டுத் தைப்பதோ, கிழிசலைத் தைப்பதோ மட்டும் அல்ல என்பதையும், ஒன்றை உருவாக்கும் தன் வேலைக்கும் அவர்களுக்கும் இடையே அதிக வித்தியாசம் இருப்பதையும், தான் முடித்திருக்கும் வேலை மிகவும் முக்கியமானது என்பதையும் பூரணமாக உணர்ந்திருந்தவரைப் போலக் காணப்பட்டார் அவர். அப்போதுதான் சலவையிலிருந்து வந்திருந்த மிகப் பெரிய கைத்துண்டு ஒன்றில் சுற்றி எடுத்து வந்திருந்த

கோட்டை அதிலிருந்து வெளியே எடுத்தார் அவர். பிறகு அந்தக் கைத்துண்டை சீராக மடித்து அடுத்து உபயோகப்படுத்துவதற்காகத் தனது 'பாக்கெட்'டில் வைத்துக் கொண்டார். வெளியில் எடுத்த கோட்டை நன்றாகப் பிரித்துப் பெருமிதத்தோடு பார்த்த பிறகு இரண்டு கைகளாலும் அதைப் பிடித்துக் கொண்டு அகாகீய் அகாகீவிச்சின் தோள்களைச் சுற்றி அணிவித்தார். பிறகு அதைச் சீராக இழுத்துவிட்டு முதுகுப்பகுதியைச் சரி செய்துவிட்டார். பொத்தான் மட்டும் போடப்படாமல் இருந்தது. அகாகீய் அகாகீவிச் ஒரு அனுபவசாலியான யதார்த்தவாதி என்பதால் கோட்டின் கைப்பகுதி எப்படி இருக்கிறதென்றும் சோதித்துப் பார்க்க எண்ணினார். கைப்பகுதியில் கோட்டை சீராக இழுத்துவிட்டு பெத்ரோவிச் அவருக்கு உதவினார்; கைப்பகுதியும் மிகச் சரியாக அமைந்திருந்தது. ஒரே வார்த்தையில் சொல்லப் போனால் அந்த கோட் மிகவும் கச்சிதமாகப் பொருந்திப் போய்விட்டது. அந்தச் சந்தர்ப்பத்தைப் பயன்படுத்திக்கொள்ள பெத்ரோவிச்சும் தவற வில்லை. தன் கடைக்கு அறிவிப்புப் பலகை என்று எதுவும் இல்லாததாலும், தான் ஒரு சிறிய சந்தில் வசித்து வருவதாலும், அகாகீவிச்சை வெகுகாலமாகத் தெரியுமென்பதாலுமே இத்தனை குறைவான கூலிக்குத் தான் ஒத்துக் கொண்டதாகவும் நெவ்ஸ்கி ப்ராஸ்பெக்டில் மட்டும் தன் கடை இருந்திருந்தால் கோட்டைத் தைப்பதற்கு மட்டுமே எழுபத்தைந்து ரூபிள் கேட்டிருக்க முடியும் என்றும் சொன்னார் அவர். இந்த விஷயத்தில் அவரோடு மேலும் விவாதித்துக் கொண்டிருக்க அகாகீவிச்சுக்கு விருப்பமில்லை. வாடிக்கையாளர்களை மிரளச் செய்வதற்காகக் கற்பனை செய்து பார்க்க முடியாத தொகையை அவர் கூலியாகக் கேட்பது குறித்து எப்போதுமே அகாகீவிச் ஆச்சரியப்பட்டதுண்டு. இப்போது பணத்தைக் கொடுத்து, பெத்ரோவிச்சுக்கு நன்றி சொல்லிவிட்டுத் தன் புதிய ஓவர்கோட்டை அணிந்து கொண்டு அலுவலகத்துக்குக் கிளம்பினார் அகாகீவிச். பெத்ரோவிச் அவருக்குப் பின்னாலேயே சென்று அந்த ஓவர்கோட்டையே வெறித்துப் பார்த்துக் கொண்டு வெகுநேரம் நின்றிருந்தார். பிறகு ஏதோ ஒரு குறுக்குச் சந்து வழியாக வேகமாகச் சென்று அகாகீவிச் சென்று கொண்டிருந்த சாலையை அடைந்து அவரை முன்பக்கமாக எதிர்கொண்டு ஓவர்கோட்டை வேறொரு கோணத்திலும் நோட்டம் விட்டார்.

அதே சமயத்தில் அகாகீய் அகாகீவிச்சோ விடுமுறை நாளில் இருப்பதுபோன்ற குதூகலமான மனநிலையோடு நடந்து போய்க் கொண்டிருந்தார். தன்தோளில் இப்போது இருப்பது புத்தம்புதிய ஒரு கோட் என்பதை ஒவ்வொரு நொடியும் உணர்ந்தவராய் உள்ளூரத் தான் படும் சந்தோஷத்தைப் பலமுறை வெளிப்படை

யாகவே காட்டிக் கொண்டும் இருந்தார். உண்மையில் அந்த ஓவர் கோட்டால் இரண்டு பலன்கள் அவருக்குக் கிடைத்திருந்தன. ஒன்று, குளிரிலிருந்து அது அளிக்கும் இதம்; அடுத்ததாக அதன் அழகு, அலுவலகம் வரை நடந்து வந்ததைக்கூட அவர் உணரவில்லை; திடீரென்று பார்த்தபோதுதான் அலுவலகத்துக்கு வந்து சேர்ந்து விட்டோமென்பதை அறிந்து கொண்டார்.

அலுவலக முன் அறையில் தன் ஓவர்கோட்டைக் கழற்றி அதைக் கவனமாக ஒருமுறை பரிசீலித்த பிறகு அதைப் பத்திரமாகப் பார்த்துக் கொள்ளும் பொறுப்பைக் காவலாளியிடம் ஒப்படைத் தார்.

அகாகீய் அகாகீவிச்சின் பழைய அங்கி இப்போது அவரிடம் இல்லை, அவர் ஒரு புதிய ஓவர்கோட் வாங்கியிருக்கிறார் என்ற செய்தி அத்தனை விரைவாக அலுவலகத்துக்குள் எப்படிப் பரவியதோ தெரியவில்லை. அந்தப் புதிய ஓவர்கோட்டைப் பார்ப் பதற்காக எல்லோரும் முண்டியடித்துக் கொண்டு அந்த முன்னறைக் குச் சென்றார்கள். பிறகு ஒவ்வொருவராக அவருக்கு வாழ்த்துச் சொல்லத் தொடங்கிவிட்டார்கள்; முதலில் லேசாகப் புன்னகை செய்து கொண்டிருந்த அவர், போகப்போக அவை அளவுக்கு அதிகமான பிறகு, தர்மசங்கடமாக உணரத்தொடங்கினார். ஒரு கட்டத்தில் பலரும் அவரைச் சுற்றி வளைத்துக் கொண்டு அந்தப் புதுக்கோட்டின் வருகைக்காகவே குறைந்தபட்சம் அவர் ஒரு மாலை விருந்தாவது அளித்தாக வேண்டும் என்று வற்புறுத்த ஆரம்பித்தனர். அதற்குப் பிறகு, என்ன செய்வதென்றே அவருக்கு விளங்கவில்லை. தான் செய்யக்கூடியதோ சொல்லக் கூடியதோ எது என்பதும் அதிலிருந்து எப்படித் தப்பித்துக் கொள்வதென்றும் அவருக்குப் புரியவில்லை. சிறிது நேரம் கூச்சப்பட்டுக் கொண்டிருந்த அவர், பிறகு அது தன் பழைய அங்கிதான் என்றும் அது புதியது அல்ல என்றும் குழந்தைத்தனமான எளிமையோடு அவர்களிடம் சொல்ல முற்பட்டார்.

இறுதியாக தலைமை குமாஸ்தாவுக்கு அடுத்த பதவித் தரத்தில் இருக்கும் ஒரு குமாஸ்தா, கீழிருப்பவர்களோடு கலந்து பழகுவதில் தனக்குத் தயக்கமில்லை என்பதையும், தான் அப்படி ஒரு பெருமை பாராட்டும் ஆள் இல்லை என்பதையும் காட்டிக் கொள்ள முனைவதைப் போல இப்படிச் சொன்னார்:

"சரி அது எப்படி வேண்டுமானாலும் போகட்டும். அகாகீய் அகாகீவிச்சுக்குப் பதிலாக நான் விருந்து தருகிறேன். இன்று இரவு விருந்துக்கு உங்கள் எல்லோரையும் என் வீட்டுக்கு அழைக்கிறேன். ஒருவகையில் இன்று என் பிறந்த நாளாகவும் அமைந்து போய் விட்டது."

தலைமைக் குமாஸ்தாவின் துணை குமாஸ்தாவுக்கு உடனடியாக வாழ்த்துச் சொன்ன சக அலுவலர்கள் அவர் விடுத்த அழைப்பையும் ஏற்றுக் கொண்டார்கள். அகாகீய் அகாகீவிச், தான் மட்டும் அதில் கலந்து கொள்ளாமல் மன்னிப்புக் கேட்டுக் கொண்டு ஒதுங்கி விடவே எண்ணினார். ஆனால் அவர் அப்படிச் செய்தால் அது அகௌரவப்படுத்தும் செயலாக, நாகரிகமற்றதாக, தவறான செயலாக ஆகிவிடும் என்று மற்றவர்கள் எடுத்துச் சொன்னதால் அவரும் அதை மறுக்க முடியாமல் விட்டுத்தர வேண்டிய நிலைக்குத் தள்ளப்பட்டார். ஆனால், அந்த ஓவர்கோட்டை மாலையில் ஒரு முறை அந்த விருந்துக்காக மீண்டும் அணிந்து கொள்ள முடியும் என்பதை எண்ணியபோது அதை ஒத்துக் கொண்டதற்காக அவர் சந்தோஷப்பட்டார்.

அன்றைய நாள் முழுவதுமே ஏதோ பண்டிகை நாளைப் போன்ற கொண்டாட்டமான, வெற்றி வாகை சூடிய மனநிலையில் இருந்தார் அகாகீய் அகாகீவிச். மிகவும் மகிழ்ச்சியான மன நிலையுடன் வீடு திரும்பி கோட்டைக் கழற்றி சுவரில் தொங்க விட்டார். கோட்டுத்துணியையும், அடிப்புறம் வைத்துத் தைத்திருந்த துணியையும் ரசித்துப் பார்த்து மகிழ்ந்தார். பிறகு அதோடு சேர்த்து வைத்து ஒப்பிட்டுப் பார்ப்பதற்காகத் தன் பழைய மேலங்கியை எடுத்துக் கொண்டு வந்தார். இரண்டுக்கும் இடையிலேதான் எவ்வளவு வித்தியாசம் என்று பார்த்தபோது அவருக்குச் சிரிப்புத் தான் வந்தது. அதற்குப் பிறகு சாப்பிட்டு முடித்து வெகுநேரமான பிறகும் அந்தப் பழைய அங்கியை நினைத்தபோது அவருக்குச் சிரிப்பு பீறிட்டுக் கொண்டுதான் வந்தது. சந்தோஷமாகச் சாப்பிட்டு முடித்தார். சாப்பாட்டுக்குப் பிறகு வழக்கம் போல எதையும் எழுதிக் கொண்டிருக்காமல் இருள் படரும் வரை படுக்கையில் சாய்ந்தபடி ஓய்வெடுத்துக் கொண்டிருந்தார். பிறகு நிதானமாக உடையணிந்து கொண்டு, ஓவர்கோட்டையும் போட்டுக் கொண்டு தெருவில் இறங்கி நடக்கத் தொடங்கினார்.

விருந்து கொடுக்கும் குமாஸ்தா வசித்த இடம் எது என்பதை துரதிர்ஷ்டவசமாகச் சரியாகச் சொல்ல முடியவில்லை. என் ஞாபக சக்தி அதற்கு ஒத்துழைக்கவில்லை. செயிண்ட் பீட்டர்ஸ்பர்கிலுள்ள வீதிகளும் வீடுகளும் பலவிதமாக என் மூளையில் கலந்து குழம்பிக் கிடப்பதால் அதிலிருந்து ஒன்றை இனம்பிரித்து எடுத்து சரியான முறையில் சொல்வது கடினமாக இருக்கிறது. ஆனால் ஒன்று மட்டும் உறுதியாகச் சொல்ல முடியும். அந்த குமாஸ்தா வாழ்ந்து வந்தது நகரத்தின் சற்று நல்ல பகுதியில்; அப்படியென்றால் அகாகீய் அகாகீவிச்சின் இல்லத்திலிருந்து சற்றுத் தொலைவில்தான் அது இருந்தாக வேண்டும்.

ஆரம்பத்தில் அதிக வெளிச்சமோ ஆள் நடமாட்டமோ இல்லாமல் வளைந்து நெளிந்து செல்லும் குறுகலான தெருக்களின் வழியாகத்தான் அகாகீவிச் செல்ல வேண்டியிருந்தது. ஆனால் போகப்போக, அந்த குமாஸ்தாவின் வீட்டை நெருங்க நெருங்க, தெருக்கள் பிரகாசமாகவும் ஆள் நடமாட்டத்தோடு உயிரோட்டம் கொண்டதாகவும் ஆகிக் கொண்டே சென்றன. வழியில் நிறைய பேர் நடந்து செல்வதைப் பார்க்க முடிந்தது. நேர்த்தியான உடையணிந்த அழகான பெண்கள் அதிகமாகத் தட்டுப்படத் தொடங்கினார்கள்; தோலில் காலர் வைத்த கோட்டோடு மனிதர் கள் சஞ்சரித்துக் கொண்டிருந்தார்கள். வழக்கமாக அவரது பார்வையில் படும் பனிச்சறுக்கு வண்டிகள் பித்தளை ஆணி அடிக்கப்பட்டு மரத்தாலும், உலோகத்தாலும் செய்யப்பட்டிருப்பவை; அவற்றின் வண்டி ஓட்டிகளும் நாட்டுப்புறப் பாணியிலேதான் இருப்பார்கள்; இப்போது அவர் செல்லும் வழியில் அந்த வண்டிகள் அதிகம் தென்படவில்லை. மாறாக சிவப்புநிற வெல்வெட் தொப்பியையும் கரடித்தோல் கோட்டையும் அணிந்த மிடுக்கான வண்டியோட்டிகள் பளபளப்பான பனிச்சறுக்கு வண்டிகளை ஓட்டிச் செல்வதையே அவரால் பார்க்க முடிந்தது. இருக்கைகளின் மூடுதிரைத் துணி, காற்றில் படபடக்க, சக்கரங்களால் பனியை உரசிக் கொண்டு செல்லும் கோச்சு வண்டிகளும் அவர் கண்ணில் பட்டன.

அகாகீய் அகாகீவிச், ஏதோ புத்தம்புதிதாகப் பார்ப்பதுபோல் இவற்றையெல்லாம் பார்த்து வியந்து கொண்டிருந்தார். இப்படி மாலை நேரத்தில் வெளியில் வீதிகளில் அலைந்து வெகு காலமாகியிருந்தது அவருக்கு. ஏதோ ஓர் ஆர்வத்தில் விளக் கொளியில் ஜொலித்துக் கொண்டிருந்த ஒரு கடையின் ஜன்னலருகே சற்று நின்றார் அவர். அதில் மிக அழகான ஒரு பெண்ணின் படம் இருந்தது. அவள் தன் காலணியை உதறி எறிந்து கொண்டிருப்பது போல அது வரையப்பட்டிருந்தது. அந்தக் கோலத்தில் அவளது கால் முழுவதுமே மிக அழகாகத் தெரிந்தது. பின்னணியில் அழகான மீசையோடும், கிருதாவோடும் இருந்த ஒரு மனிதன் இன்னொரு அறைக்குப் போகும் கதவின் மீது முகத்தை அழுத்திப் பதித்து வைத்திருந்தான். அதைப் பார்த்த அகாகீய் அகாகீவிச் தன் தலையை உலுக்கிச் சிரித்துக் கொண்டே அங்கிருந்து நகர்ந்து தன் வழியில் நடக்க ஆரம்பித்தார். அவர் ஏன் அப்படிச் சிரித்தார்? அவருக்கு இதுவரை முழுக்க முழுக்க அறிமுகமே இல்லாததாக இருந்தாலும் இயல்பாக எல்லோரிடமுமே இருக்கும் குறிப்பிட்ட ஓர் உள்ளுணர்வைத் தட்டி எழுப்பும் ஒன்றை எதிர்பட நேர்ந்ததாலா? அல்லது,

“ம் நல்ல பிரெஞ்சுக்காரர்கள்; இதை என்னவென்று சொல்வது? இப்படிப்பட்ட விஷயங்களுக்குப் பின்னால்தான் அவர்கள் போகிறார்கள் என்றால் உண்மையிலேயே” என்று பொதுவாகப் பல குமாஸ்தாக்களும் நினைப்பது போலத்தான் அவரும் நினைத்துக் கொண்டிருப்பாரா? ஒருவேளை இப்படியெல்லாம் எதுவுமே நினைக்காமல் கூட அவர் இருந்திருக்கலாம். ஒரு மனிதனின் மனதுக்குள் அப்படியெல்லாம் சுலபமாகப் புகுந்து அவன் என்ன நினைக்கிறான் என்பதையெல்லாம் கண்டுபிடிப்பது கஷ்டமானதுதான்.

கடைசியில் ஒரு வழியாக தலைமைக் குமாஸ்தாவுக்கு உதவியாளரான அந்த அலுவலரின் வீட்டுக்குப் போய்ச்சேர்ந்தார் அகாகீய் அகாகீவிச். நேர்த்தியான ஒரு நாகரிகப் பாணியுடன் அந்த அலுவலர் வாழ்ந்து வந்தார். அவரது குடியிருப்பு இரண்டாம் தளத்தில் இருந்தது. படிக்கட்டில் லாந்தர் விளக்கு ஏற்றிவைக்கப்பட்டிருந்தது. வரவேற்பறைக்குள் நுழைந்ததுமே கழற்றி வைக்கப்பட்டிருந்த வரிசை வரிசையான காலணிகள் கண்ணில் பட்டன. அவற்றுக்கு இடையே, அறை நடுவில் ஒரு சமோவர் ஆவி பறக்க சத்தம் எழுப்பிக் கொண்டிருந்தது. சுவர்களில் விதவிதமான ஓவர் கோட்டுகளும், பிற கோட்டுகளும் தொங்கிக் கொண்டிருந்தன. அவற்றில் சில ‘பீவர்’ காலர் வைத்தவை, வேறு சில வெல்வெட் மடிப்பு வைத்தவை. அந்த அறையைத் தாண்டி உள்ளே நடக்கும் உரையாடல் காதில் விழுந்தது. காலிக் கண்ணாடிக் கோப்பைகளையும், வெண்ணெய் ஜாடிகளையும், சர்க்கரைக் கிண்ணங்களையும் ஒரு தட்டில் வைத்து எடுத்துக் கொண்டு வந்த பணியாளர் அறைக்கதவைத் திறந்து வெளியே வந்தபோது அந்தச் சத்தம் இன்னும் தெளிவாகவும், உரத்தும் கேட்டது. பிற குமாஸ்தாக்கள் வெகு நேரத்துக்கு முன்பே அங்கே வந்திருக்க வேண்டும், முதல் சுற்று தேநீரும் முடித்திருக்க வேண்டும் என்பது தெளிவாகப் புலப்பட்டது.

தன்னுடைய கோட்டையும் சுவரில் தொங்க விட்டு விட்டு உள் அறைக்குள் நுழைந்தார் அகாகீய் அகாகீவிச். அங்கே ஒளிமயமாக ஏற்றி வைக்கப்பட்டிருந்த மெழுகுவர்த்திகள், கூடியிருந்த குமாஸ்தாக்கள், அவர்கள் புகைத்துக் கொண்டிருந்த புகைக் குழாய்கள், சீட்டாட்டம் நடைபெறும் மேஜை என எல்லாம் அவர் கண்ணில் பட்டன. நாற்காலிகளை இழுக்கும் ஓசையும், மனிதர்கள் ஆங்காங்கே பரவலாகக் கூடிப் பேசிக் கொண்டிருக்கும் சத்தமும் அவரது செவிப்பறையில் அறைந்தன. அடுத்து என்ன செய்வதென்று தெரியாமல் அறை நடுவே தர்மசங்கடத்தோடு ஒரு நிமிடம் அப்படியே நின்று கொண்டிருந்தார் அவர். ஆனால் அங்கே இருந்தவர்கள் அவரைப் பார்த்து விட்டார்கள்; உரத்த ஆரவாரத்தோடு

அவரை வரவேற்கவும் செய்தார்கள். உடனே எல்லோரும் கூட்டமாய் முன் அறைக்குச் சென்று அவரது ஓவர்கோட்டை மீண்டும் ஒருமுறை பார்த்தார்கள். அகாகீய் அகாகீவிச்சுக்கு அது சற்றுக் குழப்பத்தை ஏற்படுத்தினாலும் அது நன்றாக இருப்பதாக அவர்கள் புகழ்ந்தது அவருக்கு சந்தோஷமாகத்தான் இருந்தது.

பிறகு அவரிடமிருந்தும், அவரது ஓவர்கோட்டிலிருந்தும் கவனத்தைத் திருப்பிக் கொண்டு சீட்டாட்ட மேஜைக்கு எல்லோரும் திரும்பிச் சென்றனர்.

இப்படிப்பட்ட ஆரவாரக்கூச்சல்கள், பேச்சுக்கள், மனிதக் கூட்டம் என்று இவை எல்லாமே தன் இயல்புக்கு மாறான அதிகப் படி விஷயங்களாக அகாகீய் அகாகீவிச்சுக்குத் தோன்றின. தன்னை அவை மூழ்கடித்துக் கொண்டிருப்பதைப் போல உணர்ந்தார் அவர். அந்த இடத்தில் எப்படி நடந்து கொள்ள வேண்டும் கை, கால், உடம்பு இவற்றையெல்லாம் எப்படி வைத்துக்கொள்ள வேண்டும் என்பது கூட அவருக்குத் தெரிந்திருக்கவில்லை. ஒரு சீட்டாட்ட மேஜையருகே உட்கார்ந்து சீட்டுகளையும், விளையாடுபவர்களையும் சிறிது நேரம் மாறிமாறிப் பார்த்துக் கொண்டிருந்தார் அவர்.

சிறிது நேரத்தில் அதுவும் சலித்துப் போய்விடவே கொட்டாவி விட ஆரம்பித்தார். வழக்கமாக அவர் உறங்கும் நேரம் தாண்டிப் போய்விட்டதால் அவருக்குத் தூக்கம் வந்து கொண்டிருந்தது. விருந்து கொடுத்தவரிடம் விடைபெற்றுக் கொண்டு அங்கிருந்து கிளம்பவேண்டுமென்று அவர் விரும்பினாலும் அவர்கள் அவரை விடுவதாய் இல்லை. தன்னுடைய புது ஓவர்கோட்டுக்காக அதைக் கொண்டாடுவதற்காக அவர் அன்று மது அருந்தியே ஆக வேண்டும் என்று எல்லோரும் அவரை வற்புறுத்தினர். தொடர்ந்து ஒரு மணிநேரத்தில் இரவு விருந்தாக காய்கறி ‘சாலட்’, கன்றின் இறைச்சி, ‘கேக்’, ‘பை’ (பணியாரம் போன்ற ஒரு பலகாரம்) ஆகியவற்றோடு ஷாம்பெய்னும் பரிமாறப்பட்டது. எப்படியோ எல்லோருமாய்ச் சேர்ந்து அகாகீய் அகாகீவிச்சை இரண்டு கோப்பை ஷாம்பெய்ன் அருந்த வைத்திருந்தனர். அதன் பிறகு விருந்தில் அவர் சற்று உற்சாகமாகவே கலந்து கொண்டார். ஆனாலும் கூட நேரம் நள்ளிரவாகிவிட்டது என்பதும், தன் வீட்டுக்கு வெகுதூரம் சென்றாக வேண்டும் என்பதும் அவருக்குத் தோன்றிக் கொண்டேதான் இருந்தது.

வேறு ஏதாவது காரணம் காட்டி விருந்து தருபவர் தன்னை மேலும் தாமதப்படுத்துவதற்கு முன்பு அவரே மெதுவாக ஹாலை விட்டு நழுவி முன் அறைக்குச் சென்று தன் ஓவர்கோட் எங்கே என்று பார்த்தார். அவருக்கு எரிச்சலூட்டும் வகையில் அது தரையில் விழுந்து கிடந்தது. அவர் அதை ஒரு முறை நன்றாக

உதறி அதிலிருந்த தூசிகளையெல்லாம் தட்டிவிட்டார். பிறகு அந்தக் கோட்டைப் போட்டுக் கொண்டு படிகளில் இறங்கித் தெருவில் நடக்க ஆரம்பித்தார்.

தெரு, இன்னும் கூட வெளிச்சமாகத்தான் இருந்தது. வீட்டு வேலைக்காரர்களும் அவர்களைப் போன்ற பலதரப்பட்ட வேலை செய்பவர்களும் சந்தித்துக் கொள்வதற்குரிய இடங்களாகிய சின்னச் சின்னக் கடைகள் திறந்துதான் இருந்தன. பெரிய கடைகள் மூடியிருந்தாலும் கதவிடுக்கு வழியாக நீளமான வெளிச்சக் கீற்று தெரிந்தது. இன்னும் கூட அந்தக் கடைகள் ஒரேயடியாக வெறிச்சிட்டுப் போய்விடவில்லை என்பதையே அது காட்டியது. ஒருவேளை அங்கே எடுபிடி வேலை செய்யும் பெண்களும் ஆண்களும் தங்களுக்குள் கூடிக் கதை பேசி வம்படித்துக் கொண்டிருக்கலாம்; அதே நேரம் அவர்கள் எங்கேதான் போனார்கள் என்று தெரியாமல் அவர்களது எஜமானர்கள் குழம்பிக் கொண்டும் இருந்திருக்கலாம்.

அகாகீய் அகாகீவிச் மிகவும் உல்லாசமான மனநிலையுடன் நடந்து போய்க் கொண்டிருந்தார். மின்னல் வெட்டுப் போல அவரைத் தாண்டிச் சென்ற கவர்ச்சியான உடலமைப்புக் கொண்ட ஒரு பெண்ணைத் தொடர்ந்து ஓடுவதற்குக் கூட அவர் முற்பட்டு விட்டார். பிறகு, உடனடியாகத் தன்னைக் கட்டுப்படுத்திக் கொண்டு மெதுவாக நடக்கத் தொடங்கினார். தான் ஏன் அப்படி ஓட முற் பட்டோம் என்பது அவருக்கே கூட ஆச்சரியமாகத்தான் இருந்தது.

சிறிதுநேரம் நடந்த பிறகு வழக்கம் போலக் காலியான தெருக்கள் எதிர்படத் தொடங்கின. பகல் வேளையில் கூட வெறிச்சோடிக் கிடக்கும் அவை, மாலை மற்றும் இரவு நேரங்களில் எப்படி இருக்கும் என்பதைச் சொல்லவே வேண்டியதில்லை. இப்போது இந்த நேரத்தில் அவை இன்னும் இருள் மண்டிப்போய் வெறிச்சோடித் தெரிந்தன. ஒரு சில தெருவிளக்குகள் மட்டுமே மந்தமாக எரிந்து கொண்டிருந்தன; ஒரு வேளை அவற்றுக்குத் தரப்படும் எண்ணெய் அளவு குறைக்கப்பட்டிருக்கலாம். தொடர்ந்து கூரைவேய்ந்த மர வீடுகள் வர ஆரம்பித்தன. ஒரு மனித உயிரைக் கூட எங்கேயும் பார்க்க முடியவில்லை. தெருவெங்கும் பனி மட்டுமே நிரம்பி மின்னிக் கொண்டிருந்தது. வீடுகளின் தாழ்வான கூரை யிலும், மூடிய ஜன்னல்களிலும் பனி போர்த்தியிருந்தது. தெருவும், மிகப் பெரிய சதுக்கம் ஒன்றும் சந்திக்கும் ஓர் இடத்துக்கு வந்து சேர்ந்திருந்தார் அகாகீவிச். சதுக்கத்தின் மறுபுறம் மிகவும் தள்ளி இருந்த வீடுகள் கண்ணில் அவ்வளவாய்த் தென்படவில்லை. கிட்டத்தட்ட ஒரு அச்சமூட்டும் பாலைவனம் போலவே இருந்தது அந்தச் சதுக்கம். எங்கோ எதிர்ப்பக்கம் தூரத்தில் ஒரு காவலாளியின்

குடிலில் தெரிந்த நெருப்புப் புள்ளி உலகத்தின் மறுகோடியில் இருப்பதைப் போல் இருந்தது.

அகாகீய் அகாகீவிச்சின் குதூகலம் இந்தக் கட்டத்தில் கணிசமாகக் குறைந்து போய்விட்டதென்றே சொல்லலாம். சதுக் கத்திற்குள் காலடி எடுத்துவைத்தபோது தன்னை மீறிய ஓர் அச்ச உணர்வு அவரை நடுக்கத்திற்கு உள்ளாக்கியது. ஏதோ ஒரு தீங்கு தனக்கு நேரப்போகிறது என்பதை அவரது இதயம் எச்சரிப்பது போலிருந்தது. தனக்கு முன்னும், பின்னும் சுற்றுமுற்றும் பார்த்தார் அவர். கடலுக்கு நடுவில் மாட்டிக் கொண்டதைப் போலிருந்தது அவருக்கு. "வேண்டாம், எதையும் பார்க்காமல் இருப்பதே நல்லது" என்று எண்ணியபடி கண்களை மூடிக் கொண்டு நடையைத் தொடர்ந்தார். கண்களைத் திறந்து சதுக்கத்தின் முடிவிற்கு வந்து விட்டோமா என்று பார்த்தபோது தாடியும் மீசையுமாய் சில மனிதர்கள் அவருக்கு மிக நெருக்கமாக நின்று கொண்டிருந்தார்கள். அவர்கள் யார், எப்படிப்பட்டவர்கள் என்று எதுவும் அவருக்குத் தெரியவில்லை. அவரது கண்கள் மங்கிக் கொண்டு வர, இதயம் படபடக்க ஆரம்பித்தது.

"அட ஓவர்கோட் இது நிச்சயம் எனக்குத்தான்" என்று உரத்த குரலில் கத்தியபடி அவர்களில் ஒருவன் அவரது காலரைப் பற்றி இழுத்தான்.

"ஐயோ எவராவது காப்பாற்றுங்கள் உதவி உதவி" என்று கத்த முனைந்தார் அகாகீவிச். அதற்குள் மனிதத் தலையளவு பருமனாக இருக்கும் ஒரு கை முஷ்டி அவரது வாயருகே நெருங்கியது.

"இப்போது கத்து பார்க்கலாம்" என்றான் அந்த மனிதன்.

அகாகீய் அகாகீவிச்சின் ஓவர்கோட்டை உருவிக் கொண்டு தங்கள் முழங்காலால் அவரை எற்றிக் கீழே தள்ளிவிட்டுச் சென்றிருந் தார்கள் அவர்கள். பனியில் மல்லாக்காகப் படுத்துக் கிடந்த அவர் சிறிது நேரம் சுயப்பிரக்ஞை அற்றவராய் அப்படியே இருந்தார். ஒரு சில நிமிடங்கள் சென்றபின் தன்னுணர்வை மீட்டுக் கொண்டு மெள்ள எழுந்திருந்தார். அங்கே யாருமே இல்லை. தன்னைக் குளிர் தாக்கிக் கொண்டிருப்பதையும், தன் ஓவர்கோட் பறிபோய் விட்டதையும் அவரால் உணரமுடிந்தது. அநாதரவான அந்த நிலையில் குரலெழுப்பிக் கத்த முயற்சித்தார்; ஆனால் அவரது குரலால் அந்தச் சதுக்கத்தின் மறுபக்கத்தை எட்டமுடியவில்லை. கத்துவதை நிறுத்தாமல் சதுக்கத்தின் குறுக்கே கலக்கத்தோடு வேகமாக ஓடிக் கொண்டிருந்தார் அவர். காவலாளியின் குடிலை நோக்கி நேரே சென்றார். தான் வைத்திருந்த ஹேல்பெர்ட் என்ற ஆயுதத்தின் மீது லேசாகச் சரிந்தபடி குடிலில் நின்று கொண்டிருந்த

காவலாளி தன்னை நோக்கி இப்படிக் கத்திக் கொண்டு வரும் ஆள் யார் என்று வியப்போடு பார்த்தான். ஒரு வழியாக அவன் இருந்த இடத்தை எட்டிப்பிடித்திருந்த அகாகீவிச் மேல்மூச்சு வாங்கிக் கொண்டே அவனிடம் சத்தம் போட்டார். எதையும் பார்க்காமல் கவனிக்காமல், ஒரு மனிதனுக்குத் திருட்டுப் போனதைக் கூடப் பார்க்காமல் அவன் எப்படித் தூங்கலாம் என்று அவனைக் கடிந்து கொண்டு கத்தினார். சதுக்கத்தின் நடுவே இரண்டு மனிதர்கள் அவரை நிறுத்தியதை மட்டுமே தான் பார்த்ததாகவும், அவர்கள் அவரது நண்பர்களென்று நினைத்துக் கொண்டு விட்டதாகவும் அந்தக் காவலாளி அவருக்குப் பதிலளித்தான். வீணே தன்னைத் திட்டிக் கொண்டிருப்பதை விட மறுநாள் அவர் போலீசில் புகார் கொடுப்பது நல்லது என்றும் ஓவர்கோட்டைப் பறித்துக் கொண்டு போனது யார் என்று இன்ஸ்பெக்டர் கண்டுபிடித்துவிடுவாரென்றும் மேலும் சொன்னான் அந்தக் காவலாளி.

அகாகீய் அகாகீவிச் வீட்டை நோக்கி விரைந்தார். அவரது நிலை மிகவும் பரிதாபமாக இருந்தது. அவரது நெற்றிப் பொட்டிலும் பின்னந்தலையிலும் மிச்சம் மீதி ஒட்டிக் கொண்டிருந்த ஒரு சில தலைமுடிகள் கூடத் தாறுமாறாகக் கலைந்து கிடந்தன. கை, கால் என்று உடலின் எல்லாப் பகுதிகளிலும் உடை முழுவதும் பனி அப்பிக் கிடந்தது. அவர் குடியிருந்த வீட்டுக்குச் சொந்தக்காரியான வயதான பெண்மணி, கதவை யாரோ பொறுமையில்லாமல் பயங்கரமாகத் தட்டும் ஓசையைக் கேட்டுப் படுக்கையிலிருந்து விரைவாக எழுந்தாள். தூங்கிக் கொண்டிருந்ததால் கலைந்திருந்த இரவு உடையை, கண்ணியம் கருதி நெஞ்சோடு அழுத்திப் பிடித்த படியே ஒற்றைச் செருப்போடு ஓடிப்போய்க் கதவைத் திறந்து விட்டாள். உள்ளே நுழைந்த அகாகீய் அகாகீவிச்சின் நிலையைப் பார்த்ததும் அதிர்ச்சியோடு பின்வாங்கினாள் அவள். நடந்த விஷயங் களை அவர் அவளிடம் கூறியதும் அவரது கைகளைப் பற்றிக் கொண்டு, நேரே மாவட்டத் தலைமைக் காவல் ஆணையரிடம் சென்றுவிடுமாறு அவருக்கு ஆலோசனை கூறினாள். காரணம் உள்ளூர் காவல் ஆய்வாளர் வெற்று வாக்குறுதிகள் தருவாரே தவிர விஷயத்தை அப்படியே விட்டு விடுவார், அவரை நம்ப முடியாது, என்றாள் அவள். எனவே இப்போது செய்தாக வேண்டிய முக்கிய மான முதல் வேலை மாவட்டக் காவல் தலைமை ஆணையரைப் போய்ப் பார்ப்பதுதான்; அவரை அவளுக்குத் தெரியும்; அவளிடம் சமையல்வேலை பார்த்த 'ஃபின்னிஷ்'காரியான அன்னா இப்போது அவரது வீட்டில் ஆயா வேலை பார்க்கிறாள். கமிஷனர் இந்த வீட்டைக் கடந்து போவதைக்கூட அவள் பலமுறை பார்த்திருக்கிறாள். ஒவ்வொரு ஞாயிறன்றும் சர்ச்சில் பிரார்த்தனை செய்ய தவறாமல்

வருபவர் அவர். அதே நேரத்தில் எல்லோரிடமும் இனிமையாக நடந்து கொள்ளும் நல்ல மனிதரும் கூட. அவருடைய நடவடிக் கைகளை வைத்துப் பார்க்கும்போது நல்லவராக இருப்பாரென்றுதான் தோன்றுகிறது. வீட்டுச்சொந்தக்காரி இவ்வாறு சொன்ன அபிப்பிராயங்களையெல்லாம் கேட்டுக் கொண்ட பிறகு வருத் தத்தோடு தன் அறைக்குச் சென்றார் அகாகீவிச். அன்று இரவு அவரது மனம் எவ்வளவு சங்கடப்பட்டிருக்கும் என்பது, அவருடைய இடத்தில் நம்மைப் பொருத்தி வைத்துக் கொண்டு கற்பனை செய்து பார்த்தால் மட்டுமே விளங்கும்.

மறுநாள் காலையில் மிகவும் சீக்கிரமாகவே மாவட்டக் காவல்துறைத் தலைவரைத் தேடிச் சென்றுவிட்டார் அகாகீவிச். அவர் உறங்கிக் கொண்டிருக்கிறார் என்று தெரிவிக்கப்பட்டது. மீண்டும் பத்து மணிக்கு அவர் சென்றபோது அவர் தூங்கிக் கொண்டிருப்பதாகவே பதில் கிடைத்தது. பதினோரு மணிக்குச் சென்றபோது "அவர் வீட்டில் இல்லை" என்று சொல்லிவிட்டார்கள். சாப்பாட்டு வேளையில் பார்க்க அவர் முயற்சித்த போது வரவேற்பறையிலிருந்த உதவியாளர்கள், எந்தக் காரணத்துக்காகவும் அவரை உள்ளே அனுமதிக்க மறுத்துவிட்டார்கள். அவர் வந்திருக்கும் காரணம் என்ன என்பதைத் தங்களிடம் தெரிவிக்குமாறு அவரை வற்புறுத்தினார்கள். இறுதியில் ஒருவழியாக வாழ்க்கையில் ஒரே ஒருதரம் தான் யாரென்பதை வெளிப்படுத்திக் கொள்ள வேண்டு மென்ற தூண்டுதல் அகாகீவிச்சிடம் எழுந்தது. தலைமை அதிகாரியிடம் மட்டுமே விஷயத்தை நேரடியாகச் சொல்ல வேண்டும் என்று கறாராகச் சொல்லிவிட்டார் அவர். தான் அரசாங்கத் துறையில் வேலை பார்க்கும் ஓர் அலுவலர் என்பதால் தன்னை உள்ளே விட மறுத்தால் அவர்களைப் பற்றிப் புகார் கொடுக்க வேண்டிவரும் என்றும் பிறகு நடப்பதை அவர்கள் பார்த்துக் கொள்ள வேண்டியதுதான் என்றும் துணிச்சலோடு சொன்னார் அவர்.

உதவியாளர்கள் அதற்குப் பதிலளிக்க முன்வரவில்லை. அவர்களில் ஒருவர் தலைமை ஆணையரை அழைத்துவரச் சென்றார். ஓவர்கோட் திருட்டுப்போன வினோதமான அந்தக் கதை முழுவதையும் ஆணையர் கேட்டார். ஆனால் நடந்து முடிந்த சம்பவத்தின் முக்கியமான விஷயங்களில் கவனம் செலுத்துவதை விட்டுவிட்டு அகாகிய் அகாகீவிச்சிடம் வரிசையாகப் பல கேள்விகள் கேட்கத் தொடங்கி விட்டார் அவர். 'அத்தனை தாமதமாக அகா கீவிச் வீட்டுக்குப்போனது ஏன், அது அவரது தினசரிப் பழக்கமா, 'தவ'றான ஒழுக்கக்கேடான ஏதாவது ஒரு இடத்துக்குப் போய்விட்டு அவர் திரும்பிக் கொண்டிருந்தாரா' இப்படியெல்லாம் பல கேள்விகள்.

இவற்றால் ஏகத்துக்குக் குழம்பிப்போன அகாகீய் அகாகீவிச், தன் ஓவர்கோட் கிடைப்பதற்கு ஏதாவது வழியுண்டா, இல்லையா என்று தெரிந்துகொள்ள முடியாமலே, தெரிந்து கொள்ளாமலே அங்கிருந்து வெளியேறினார்.

அன்று முழுவதும் வாழ்க்கையில் முதல் முறையாக தன் அலுவலகத்தின் பக்கம் எட்டிக்கூடப் பார்க்காத அவர், மறுநாள் வெளிறிப்போன முகத்தோடு, முன்பைவிட மோசமாகிவிட்டிருந்த பழைய ஓவர்கோட்டுடன் அலுவலகத்துக்குச் சென்றார். அவரது ஓவர்கோட் திருட்டுப் போன விஷயம் அறிந்து பல குமாஸ்தாக்கள் அவருக்காக அனுதாபப்பட்ட அதே நேரத்தில் இந்த விஷயத்தையே காரணமாக்கிக் கொண்டு அகாகீய் அகாகீவிச்சைக் கிண்டல் செய்யவும் ஒரு சில அலுவலர்கள் தயாராக இருந்தனர்.

அகாகீவிச்சின் கோட்டுக்காக அப்போதே அந்த இடத்திலேயே நிதி திரட்ட வேண்டுமென்று பலரும் தீர்மானித்தனர். ஆனால் அலுவலக மேலாண் இயக்குநரின் உருவப் படத்துக்காக எல்லா அலுவலர்களும் ஏற்கனவே நிதி அளித்திருந்தனர்; மேலும் மேலாளரின் பரிந்துரையின்படி அவரது நண்பர் எழுதிய புத்தகத் துக்காக வேறு அவர்கள் பணம் செலுத்தியிருந்ததால் அகாகீவிச் சுக்காக வசூலான தொகை மிகவும் அற்பமாகவே இருந்தது.

அங்கிருந்த அலுவலர்களில் அகாகீவிச்சின் நிலைக்காகப் பெரிதும் பரிதாபப்பட்ட ஒருவர், ஒரு நல்ல ஆலோசனையை அளிக்க முன்வந்தார். 'அகாகீவிச் உள்ளூர் காவல் அதிகாரியிடம் போக வேண்டாம்; தன் மேலதிகாரிகளின் நன்மதிப்பைப் பெறுவ தற்காக ஓவர்கோட்டை அந்தக் காவல் அதிகாரி எப்படியோ தேடிக் கண்டுபிடித்து மீட்டு விட்டாலும் அது அகாகீவிச்சுடையதுதான் என்பதை சட்டபூர்வமாக நிரூபிக்கும் வரை அது அவரது கைக்குக் கிடைக்காது. அதனால் முக்கியமான யாராவது ஒரு நபரைப் பிடித்து அவர் வழியாகப் போவதுதான் சிறந்ததாக இருக்கும். அந்த நபர் உரிய முறையில் உரியவர்களுக்கு எழுதிப் போட்டு, அவர்களோடு தொடர்பு கொண்டு விஷயத்தை விரைவுபடுத்திவிட வாய்ப்பிருக்கிறது' இதுவே அவர் குறிப்பிட்ட யோசனை. அதைத் தவிர இப்போதைக்கு வேறு வழி இல்லை என்பதால் அகாகீய் அகாகீவிச்சும் அந்த முக்கியமான நபரைத் தேடிப் போக முடிவு செய்தார். அந்த முக்கியமான மனிதரின் அலுவல் தகுதி பற்றியோ அவர் வகித்த பதவி குறித்தோ இன்று வரை சரியாகச் சொல்ல முடியவில்லை. வாசகர்களுக்குத் தெரிய வேண்டியதெல்லாம் முக்கியமான நபராகச் சொல்லப்படும் அவர், சமீபகாலம் வரை ஒரு சராசரி ஆளாகத்தான் இருந்தார் என்பது மட்டுமே. மேலும் இப்போது அவர் வகிக்கும் பதவியும் கூட வேறு சில முக்கியமான

பதவிகளோடு ஒப்பிட்டுப் பார்க்கும் போது சாதாரணமானதுதான். ஆனால் மற்றவர்கள் கண்ணுக்கு முக்கியமானவராகத் தெரியாத ஒருவரை முக்கியமானவராகக் கருதும் ஒரு சிறிய வட்டம் எப்போதுமே இருந்து வருகிறதுதானே? மேலும் இங்கே பேசப்படும் அந்த நபர், தன் முக்கியத்துவத்தைக் காட்டிக் கொள்ள வெவ்வேறு உபாயங்களைக் கையாண்டு வந்தார். அவருக்குக் கீழே இருக்கும் அலுவலர்கள் அவரைச் சந்திக்க வேண்டுமென்றால் ஒரு குறிப்பிட்ட மரபுப்படி பல படிநிலைகளுக்கு உட்பட்ட பிறகுதான் அவரைச் சந்திக்க முடியும். எந்த ஒரு அலுவலரும் அவரை நேரடியாக உடனுக்குடன் பார்த்துவிட முடியாது. கண்டிப்பான மரபுகள் பின்பற்றப்பட்ட பிறகுதான் அது சாத்தியமாகும். ஆவணப்பதிவு செய்யும் அலுவலர், அரசாங்கச் செயலாளரிடம் முதலில் தெரிவிக்க வேண்டும்; அவர் டிட்டுலர் கவுன்சிலரிடமோ அதற்கு அடுத்து படிநிலைத் தகுதியில் மேலே இருப்பவரிடமோ சொல்லவேண்டும். எல்லா விஷயங்களும் இப்படிப் படிப்படியாகவே அவரை வந்தடைய வேண்டும். அடுத்தவர்கள் என்ன செய்கிறார்களோ, தானும் அதே போல செய்யத்தான் 'புனித'ரஷ்யா முழுவதுமே விரும்பியது. அது ஒரு தொற்றுநோய் போல அங்கே பரவியிருந்தது. ஒவ்வொரு மனிதனும் தன் மேலதிகாரி செய்வது போலவே தானும் செய்ய ஆசைப்பட்டான். உதாரணத்துக்குச் சொல்லப்போனால் ஒரு டிட்டுலர் கவுன்சிலருக்குப் பதவி உயர்வு கிடைத்து ஒரு பிரிவுக்குத் தலைவராகி விட்டால் போதும். அவருக்குக் கிடைக்கும் சிறிய தனி அறையைத் தடுப்பு வைத்துப் பிரித்தபடி மற்றவர்களைச் சந்திக்கும் அறையாக அந்தப் பகுதியை மாற்றிவிடுவார். சிவப்புக் காலரும், பின்னல் வேலைப்பாடும் செய்த சீருடையோடு இருக்கும் ஒரு காவலாளியையும் வாயிலில் நிறுத்தி வைத்துவிடுவார். வருவோர், போவோர்க்கெல்லாம் கதவைத் திறந்து விட்டுக் கொண்டிருப்பதுதான் அவரது வேலை. ஆனால் அந்தத் தடுப்பறைக்குள் ஒரு சாதாரண மேஜை போடும் அளவுக்குத்தான் இடம் இருக்கும்.

நாம் இப்போது பேசிக் கொண்டிருக்கும் முக்கியமான மனிதரைப் பொறுத்த வரை மேற்குறித்த சம்பிரதாய மரபுகள் மிகவும் மிகையாக, ஆர்ப்பாட்டமாகவே இருந்தன. அவர் கையாண்ட அடிப்படையான வழிமுறை கண்டிப்பு. "கண்டிப்பாக கண்டிப்பாக கண்டிப்பாக" என்றே எப்போதும் அவர் சொல்வார். அதைக் கடைசி தரம் சொல்லும்போது யாரிடம் பேசிக் கொண்டி ருக்கிறாரோ அவரது முகத்தைக் கூர்ந்து கவனிப்பார். ஆனால் இப்படி அவர் சொல்லவேண்டிய அவசியமே இல்லாத வகையில் அவருடைய அலுவலகத்தில் அவருக்குக் கீழே பணிபுரிந்து கொண்டிருந்த அலுவலர்கள் எல்லோருமே ஏற்கனவே அவரிடம்

பயந்து நடுங்கிக் கொண்டுதான் இருந்தார்கள். அவர் வருவதைப் பார்த்த மறுகணமே தங்கள் கை வேலையை விட்டுவிட்டு, அவர் தாண்டிச் செல்லும் வரை அவர்கள் வரிசையாக அணிவகுத்தபடி எழுந்து நின்று விடுவார்கள். பொதுவாகவே தனக்குக் கீழே பணிபுரியும் எல்லோரிடமும் எப்போதுமே அவர் கடுமையாகத்தான் பேசுவார்.

"எவ்வளவு தைரியம் உங்களுக்கு?"

"யாரிடம் பேசிக் கொண்டிருக்கிறோம் என்பது ஞாபகம் இருக்கிறதா?"

"உங்களுக்கு முன் நிற்பது யாரென்று தெரியுமா?"

முக்கியமாக இந்த மூன்று தொடர்களும் அந்த உரையாடலில் இடம்பெற்றுவிடும்.

உண்மையில் அவர் மிகவும் அன்பான ஒரு மனிதர்தான்; தன் சகாக்களுக்கு இனிமையானவர்; எந்த உதவியும் செய்யத் தயங்காதவர். ஆனால் அவருக்குக் கிடைத்திருந்த பதவி உயர்வும், அதனால் வாய்த்த மேலான தகுதியும் அவரை முழுக்க முழுக்க நிலைதடுமாற வைத்திருந்தது. வழிமாறிப்போன அவர் என்ன செய்கிறோம் என்பதே தெரியாதவராக நடந்துகொள்ளத் தொடங்கி யிருந்தார். தனக்குச் சமமான அந்தஸ்து உடையவர்களோடு இருக்கும்போது, இப்போதும் கூட அவர் பலவிதங்களில் நாகரிக மான, மிக நல்ல மனிதராகத்தான் நடந்துகொள்வார். முட்டாள் தனமான எதையும் செய்யமாட்டார். ஆனால் பதவித் தரத்தில் தன்னைவிட ஒரு படி கீழே இருப்பவர்களோடு உடனிருக்க நேர்ந்தாலோ சட்டென்று அமைதியாகிவிடுவார். அவர் அப்படி வாய்மூடி மௌனமாக இருப்பதைப் பார்க்கும்போது நமக்கே கூட பாவமாகத்தான் இருக்கும். அவர்களோடு சேர்ந்திருக்கும் அந்தப் பொழுதை இன்னும் நன்றாகக் கழித்திருக்கலாமே என்ற உணர்வு அவர் மனதிலும் ஏற்படுவதுதான் அதற்குக் காரணம், அவர்களது சுவாரசியமான உரையாடலில் தானும் கலந்து கொள்ள வேண்டுமென்ற ஆர்வமும் ஏக்கமும் அவரது கண்களிலும் கூடத் தென்படத்தான் செய்யும்; ஆனால் அந்த அளவுக்கு அவர்களோடு நெருக்கமாகப் பழகிவிட்டால் தன் முக்கியத்துவம் குறைந்துவிடுமோ என்ற எண்ணம் குறுக்கிட்டு அப்படிச் செய்யவிடாமல் தடுத்துவிடும். அதனால் அப்படிப்பட்ட நேரங்களில் ஒதுங்கிப் போய் அமைதி யாகவே உட்கார்ந்திருப்பார் அவர். எப்போதாவது அரிதாக ஒன்றிரண்டு வார்த்தைகள் அவரிடமிருந்து உதிரும். அதனாலேயே கலகலப்பற்ற சலிப்பூட்டும் மனிதர் என்றும் அவர் பெயரெடுத் திருந்தார்.

இப்படிப்பட்ட முக்கியமான ஒரு மனிதரிடம் வந்து சேர்ந்தார் அகாகீய் அகாகீவிச். அதிலும் அவர் வந்த நேரம் அந்த மனிதருடன் பேசுவதற்குக் கொஞ்சம்கூட சாதகமே இல்லாத ஒரு சூழல். குழந்தைப் பருவத்திலிருந்து தன் கூட்டாளியான பழைய நண்பர் ஒருவரோடு தன் அறையில் பேசிக் கொண்டிருந்தார் அந்த முக்கியமான அதிகாரி. அந்த நண்பரை அவர் சந்தித்துப் பல ஆண்டுகள் ஆகியிருந்தன. அண்மையில்தான் பீட்டர்ஸ்பர்குக்கு வந்திருந்தார் அவர். அவரோடு தன் தனி அறையில் அந்த முக்கியமான மனிதர் பேசிக் கொண்டிருந்த அந்த நேரத்தில் பேஷ்மேட்ச்கின் என்ற ஒருவர் அவரைக் காண வந்திருக்கும் செய்தி தெரிவிக்கப்பட்டது;

"யாரது" என்றார் அதிகாரி.

"யாரோ ஒரு அரசு அலுவலர்" என்ற பதில் கிடைத்தது.

"சரி சரி அவர் காத்திருக்கட்டும். இப்போது அவரைப் பார்க்க எனக்கு நேரமில்லை" என்றார் முக்கியமான மனிதர்.

அவர் அவ்வாறு கூறியது முழுப்பொய் என்பதை இங்கே குறிப்பிட்டாக வேண்டும். அவர் இப்போது ஓய்வாகத்தான் இருந்தார். அவரும் அவரது நண்பரும் தாங்கள் பேச வேண்டியதையெல்லாம் வெகு நேரத்துக்கு முன்பே பேசி முடித்திருந்தனர். இப்போது அவர்களது உரையாடலுக்கிடையே நீண்ட மௌனம்தான் பெரும்பாலும் நிலவிக் கொண்டிருந்தது. அவ்வப்போது ஒருவர் தொடையை மற்றவர் செல்லமாகத் தட்டிக் கொடுத்துக் கொண்டு "அப்படித்தானே இவான் ஆப்ரமாவிச்" "அப்படியேதான் ஸ்டீபன் வார்லமோவிச்" என்று ஏதோ பேருக்கு வார்த்தைகளை உதிர்த்துக் கொண்டிருந்தார்கள். ஆனாலும் கூட அகாகீய் அகாகீவிச்சை முன்னறையில் காக்கவைத்திருந்தார் அந்த உயரதிகாரி. வெகுகாலம் எந்த அரசாங்கப் பணியிலும் வேலைபார்க்காமல் கிராமத்து வீட்டில் மட்டுமே இருந்த தன் நண்பர் முன்னிலையில் தன்னைப் பார்ப்பதற்காக எப்படி குமாஸ்தாக்கள் முன் அறையில் காத்துக் கொண்டிருக்கிறார்கள் என்பதைக் காட்டிப் பெருமையடித்துக் கொள்ள விரும்பினார் அவர்.

இறுதியில் ஒரு வழியாக எல்லாம் பேசித் தீர்த்து விட்டு, எவ்வளவு நேரம் முடியுமோ அவ்வளவு நேரம் ஒருவரை ஒருவர் அமைதியாகப் பார்த்துக் கொண்டே வசதியான நாற்காலியில் சாய்ந்தபடி சிகரெட்டையும் புகைத்து முடித்த பிறகு ஏதோ அப்போதுதான் நினைவு வந்தது போலக் கதவருகே அறிக்கை தயாரிப்பதற்கான கோப்புக்களோடு நின்று கொண்டிருந்த உதவி

யாளரைப் பார்த்து "யாரோ ஒரு குமாஸ்தா என்னைப் பார்க்கக் காத்துக் கொண்டிருக்கிறார் போலிருக்கிறதே. அவரை உள்ளே அனுப்புங்கள்" என்றார்.

அகாகீய் அகாகீவிச்சின் மிக எளிமையான தோற்றத்தையும் நைந்துபோன பழைய கோட்டையும் பார்த்ததும்,

"என்ன விஷயம்"

என்று அவர் முகத்துக்கு நேராக வெடுக்கென்று கேட்டார். பிறரிடம் இப்படிக் கடுமையான தொனியில் கோபமாகப் பேசுவது எப்படி என்று இந்த உயர்பதவியில் சேருவதற்கு ஒரு வாரம் முன்பு தன் வீட்டில் கண்ணாடிக்கு முன் நின்று பயிற்சி எடுத்திருந்தார் அவர்.

முதலிலேயே மிகவும் பயந்து நடுங்கிக் கொண்டிருந்த அகாகீய் அகாகீவிச், இப்போது அதைவிடக் கூடுதலாகக் குழம்பிப் போனார். தன்னால் முடிந்த வரை தனது நாக்கு ஒத்துழைக்கும் அளவுக்கு விஷயத்தை எப்படிச் சொல்ல முடியுமோ அப்படிச் சொல்ல முற்பட்டார். பேச்சின் இடையே வழக்கமாகத் தான் பயன்படுத்தும் "அதுவந்து", "அது என்னவென்றால்" போன்ற தொடர்களை அதிகமாகவே சேர்த்துக் கொண்டார். தன்னுடைய ஓவர்கோட் மிக மிகப் புதியது என்பதையும், தன்னிடமிருந்து கொடூரமான வகையில் அது பறிக்கப்பட்டது என்பதையும் சொல்லி முடித்த அவர், அதன் பொருட்டாகவே அந்த முக்கியமான நபரைப் பார்க்க வந்ததாகவும், காவல் துறைத் தலைமை அதிகாரியிடம் பேசியோ, எழுதியோ அதை அவர் கண்டுபிடித்துத் தரவேண்டுமென்றும் கேட்டுக் கொண்டார்.

இனம் விளங்காத ஏதோ ஒரு காரணத்தால் அவர் தன்னிடம் அதிகபட்ச உரிமை எடுத்துக் கொண்டு விட்டதைப் போல அந்த முக்கியமான மனிதருக்குத் தோன்றிவிட்டது.

"என்ன சார் இது?" என்று சட்டென்று பேசத் தொடங்கினார்.

"யாரிடம் எதை எப்படிப் பேசுவது என்ற வழிமுறை எதுவும் உங்களுக்குத் தெரியாதா? எங்கிருந்து வருகிறீர்கள் நீங்கள்? இப்போது யாரிடம் பேசிக் கொண்டிருக்கிறோம் என்பதைத் தெரிந்துதான் பேசுகிறீர்களா? அதற்கென்று ஒரு மரபு, நெறி எல்லாம் இருக்கிறதே, அதெல்லாம் உங்களுக்குத் தெரியுமா, தெரியாதா? முதலில் நீங்கள் அலுவலகத்துக்கு மனுப்போட வேண்டும்; அது தலைமை குமாஸ்தாவுக்குப் போகும்; பிறகு அவரிடமிருந்து குறிப்பிட்ட பிரிவின் தலைவருக்கு, அவரிடமிருந்து செயலாளருக்கு, பிறகு இறுதியாக செயலாளர் என்னிடம் தருவார். அதுதான் முறை."

"ஆனால் மாண்புமிக்க தலைவரே" என்று கையளவு மிஞ்சியிருந்த தைரியத்தையெல்லாம் ஒன்று கூட்டிச் சேர்த்துப் பேச முயற்சித்தார் அகாகீய் அகாகீவிச். அதே நேரத்தில் தனக்குப் பயங்கரமாக வியர்த்துக் கொட்டுவதையும் அவர் அறிந்திருந்தார்.

"அது வந்து மாண்புமிக்க தலைவரே, நான் நேரடியாக உங்களைச் சிரமப்படுத்தியதற்குக் காரணம், செயலாளர்களெல்லாம் அதாவது உண்மையைச் சொல்லப் போனால் அவர்களெல்லாம் அவ்வளவு நம்பிக்கைக்குரியவர்களாக இல்லை என்பதுதான்."

"என்ன என்ன?" என்று கத்தினார் அந்த முக்கியமான மனிதர்.

"உங்களுக்கு எங்கிருந்து இந்தத் தைரியம் வந்தது? எங்கே இருந்து உங்களிடம் இப்படிப்பட்ட எண்ணங்களெல்லாம் தோன்றின? சே, தலைமைப் பொறுப்பில் இருப்பவர்கள் மீதும் மேலதிகாரிகளிடத்திலும் இந்த இளைய தலைமுறைக்குத்தான் எப்படிப்பட்ட ஒரு கீழ்ப்படியாத துடுக்குத்தனம்?"

அகாகீய் அகாகீவிச்சுக்கே கிட்டத்தட்ட ஐம்பது வயதாகி யிருக்கும் என்பதை அந்த முக்கியமான மனிதர் கவனிக்கத் தவறி யிருந்தது வெளிப்படையாகத் தெரிந்தது. அவரைப்போய் இளைஞர் என்று சொல்ல வேண்டுமானால் எழுபது வயதுக்காரரான வேறொருவரோடு ஒப்பிட்டுப் பார்த்தால்தான் அது முடியும்.

"யாரிடம் பேசுகிறீர்கள் என்பது உங்களுக்குத் தெரியுமா? உங்களுக்கு முன்னால் இருப்பது யார் என்று தெரியுமா உங்களுக்கு? சொல்லுங்கள் தெரிந்துதான் பேசுகிறீர்களா? உண்மையிலேயே தெரிந்துதான் இப்படிப் பேசுகிறீர்களா? நான் கேட்பதற்குப் பதில் சொல்லுங்கள்."

இந்தக் கட்டத்தில் தரையைக் காலால் ஓங்கி மிதித்தபடி குரலை உச்ச ஸ்தாயிக்கு உயர்த்திக் கொண்டு போனார் அந்த முக்கிய நபர். அகாகீய் அகாகீவிச் இல்லாமல் வேறு யாராவது ஒருவர் அந்த இடத்தில் இருந்திருந்தால் கூட அந்தக் குரல் அவர்களையும் மிரட்டித்தான் இருக்கும்.

அகாகீய் அகாகீவிச் உணர்வற்று உறைந்து போயிருந்தார். அவரது உடல் முழுவதும் வெடவெடத்துக் கொண்டிருக்க, தள்ளாடியபடி இருந்தார் அவர். அங்கிருந்த காவலர்கள் அவரது உதவிக்கு ஓடிவராமல் இருந்திருந்தால் அவர் தரையிலேயே விழுந்திருப்பார். கிட்டத்தட்ட உணர்விழந்த நிலையில் இருந்த அவரை அவர்கள் வெளியே கொண்டு சென்றார்கள். ஆனால் அந்த முக்கியமான மனிதரோ, தான் நடத்திய நாடகம் தன் எதிர்பார்ப்பையும் விஞ்சி விட்டதில் திருப்தியடைந்திருந்தார். தன் வாயிலிருந்து வந்த சொல் ஒருவனைத் தன்னிலை இழக்கச் செய்து

விட்டது என்பதில் அவருக்கு ஒரு வகையான போதையூட்டும் மகிழ்ச்சி இருந்தது. உடனிருந்த பழைய நண்பர் இந்த விஷயத்தை எப்படி எடுத்துக் கொண்டார் என்று ஓரப்பார்வை பார்த்தபோது, அவரும் கூட மிகவும் பதற்றமான மனநிலையுடன், சற்று பீதியுடனும் இருந்தது முக்கியமான மனிதருக்கு மேலும் திருப்தியூட்டுவதாக இருந்திருக்க வேண்டும்.

படிகளில் எப்படி இறங்கி எப்படி வீதியை அடைந்தோம் என்று எதுவும் அகாகீய் அகாகீவிச்சுக்கு நினைவில்லை. தன் கை, கால் எதைப் பற்றிய பிரக்ஞையும் அவருக்கு இல்லை. அவரது வாழ்நாளில் எந்த உயர் அதிகாரியும் அவரிடம் இந்த அளவு கடுமையாக நடந்து கொண்டதே இல்லை; அதிலும் இப்படி நேரடி சம்பந்தமில்லாத எந்த அதிகாரியும் அப்படிச் செய்ததே இல்லை. தெருவில் வீசிக் கொண்டிருந்த பனிப்புயலுக்குள், வாயை அகலத் திறந்தபடி தள்ளாடித் தடுமாறி நடந்து சென்றார் அவர். பீட்டர்ஸ் பர்கிற்கே உரிய பாணியில் ஒரே நேரத்தில் நான்கு பக்கங் களிலிருந்தும் காற்று அவர் மீது சுழன்று சுழன்று அடித்தது. பக்க வாட்டிலிருந்த தெருக்களிலிருந்தும் காற்று அவர் மீது மோதியது. மின்னல்வெட்டும் நேரத்திற்குள் அந்தக் காற்று அவரது தொண்டை யை வீங்கச் செய்துவிட்டது. தொண்டையிலிருந்து ஒரு வார்த்தை கூட வெளிவர முடியாமல் வீடு வந்து சேர்ந்தார் அவர். தொண்டை வீக்கத்துடன் நேரே படுக்கச் சென்றார். ஒருவரை மிக மோசமாகக் கடிந்து கொள்வது இப்படிப்பட்ட அபாயகரமான விளைவைக் கூட உண்டாக்கிவிடும் அளவுக்கு வலிமை வாய்ந்ததுதான்.

மறுநாள் அவருக்குக் கடுமையான காய்ச்சல் கண்டது. அது கூடுதலாவதற்கு பீட்டர்ஸ்பர்க் நகரின் சீதோஷ்ண நிலையும் தாராள மாக உதவிசெய்தது. அதனால் அவரது நோய் எதிர் பார்த்ததை விட வேகமாக அதிகரித்துக் கொண்டு சென்றது. அவரைப் பார்க்க வந்த மருத்துவர் நோயாளியின் நாடியைப் பிடித்துப் பார்த்துவிட்டு ஒத்தடம் கொடுப்பதைத் தவிர வேறெதுவும் செய்யமுடியாது என்று சொல்லிவிட்டார். அந்த ஒத்தடமும் கூட முழுமையான மருத்துவ உதவி எதுவும் இல்லாமல் அவர் இருந்து விடக் கூடாதே என்பதற் காக மட்டும்தான். இன்னும் முப்பத்தாறு மணி நேரம் மட்டுமே அவர் உயிருடன் இருக்கக் கூடுமென்பதையும் மருத்துவர் தெரிவித் தார். அதன் பிறகு அகாகீவிச் குடியிருந்த வீட்டுச் சொந்தக்காரியின் பக்கம் திரும்பி,

"இதோ பாருங்கள் இனிமேல் அவரைக் கவனித்துக் கொண்டிருப்பதில் நேரத்தைப் போக்க வேண்டாம். 'பைன்' மரத்தில் செய்யப்பட்ட சவப்பெட்டியை இப்போதே தயார் செய்துவிடச் சொல்லுங்கள். 'ஓக்' மரப்பெட்டி அவருக்குக் கட்டுப்படியாகாதென்று

நினைக்கிறேன்" என்றார். இப்படிப்பட்ட கொடுமையான வருத்த முண்டாக்கும் வார்த்தைகள் அகாகீய் அகாகீவிச்சின் காதில் விழுந்திருக்குமா? ஒருவேளை அவர் காதில் விழுந்திருந்தால் எப்படிப்பட்ட நடுக்கமான உணர்வை அவை அவரிடம் ஏற்படுத்தியிருக்கும்? தன் மோசமான வாழ்க்கை ஒரு முடிவுக்கு வரப் போவதை எண்ணி அவர் வருந்தியிருப்பாரா என்பதையெல்லாம் நம்மால் தெரிந்து கொள்ள முடியவில்லை. காரணம் அவர் முழு நேரமும் கடுமையான காய்ச்சலின் பிடியில் மயக்கத்தோடு பிதற்றிக் கொண்டிருந்தார். ஒன்றிலிருந்து ஒன்று வேறுபட்ட விதவிதமான எதிர்பாராத பிரமைகள் அவருள் தோன்றிக் கலைந்து கொண்டிருந்தன. தான் பெத்ரோவிச்சைப் பார்த்து ஒரு ஓவர்கோட் தயாரிக்கச் சொல்வதாகவும், அதில் திருடர்களைப் பிடிப்பதற்கு மறைவான அறைகள் வைக்கச் சொல்லுமாறும் அவருக்குத் தோன்றும். திருடர்கள் எப்போதும் தன் படுக்கைக்கு அடியிலேயே இருப்பதாக எண்ணிக்கொள்வார் அவர்.

நிமிடத்துக்கு ஒருமுறை வீட்டுச் சொந்தக்காரியை அழைத்துத் தன் படுக்கைக்கடியில் ஒளிந்து கொண்டிருப்பவனை வெளியில் இழுக்குமாறு கேட்டுக் கொள்வார்; புதிய ஓவர்கோட் தைத்துக் கொண்ட பிறகும் அந்தப் பழைய அங்கி ஏன் அங்கே தொங்கிக் கொண்டே இருக்கிறது என்று விசாரிப்பார். பிறகு அந்த முக்கியமான மனிதரின் முன்னிலையில் அவரது வசவுகளையெல்லாம் கேட்டுக் கொண்டு தான் நிற்பது போல அவருக்குத் தோன்றிவிடும். வாய் ஓயாமல் "மாண்புமிக்கவரே மன்னியுங்கள், என்னை மன்னித்து விடுங்கள்" என்று சொல்லிக் கொண்டே இருப்பார். இறுதியில் மிகக் கடுமையான வார்த்தைகளால் அவர் வசை மாரி பொழியத் தொடங்கியதைக்கண்டு பயந்து வீட்டுச் சொந்தக்காரியே சிலுவைக் குறி போட்டுக் கொண்டு விட்டாள். அவர் வாயிலிருந்து அவ்வாறான சொற்களை அவள் ஒருபோதும் கேட்டதில்லை. மேலும் "மாண்புமிக்கவரே" என்ற சொல்லைத் தொடர்ந்து அப்படிப்பட்ட கொடிய வசவுகள் வந்து கொண்டிருந்தது இன்னும் மோசமாக இருந்தது. போகப் போக அவர் ஏதேதோ உளறத் தொடங்கிவிட்டார்; அவர் சொல்வது எதையுமே புரிந்து கொள்ள முடியாவிட்டாலும் ஒன்றுக்கொன்று தொடர்பற்ற அந்தச் சொற்கள் ஒரே ஒரு விஷயத்தை அதாவது அவரது ஓவர்கோட்டை மட்டுமே வட்டமிட்டுக் கொண்டிருந்தன என்பதை மட்டும் விளங்கிக் கொள்ள முடிந்தது.

கடைசியில் பாவப்பட்ட அகாகீய் அகாகீவிச் தன் இறுதி மூச்சை விட்டுவிட்டு இறந்து போனார். அவரது அறையையோ, உடைமைகளையோ பூட்டி வைக்க வேண்டுமென்று எவருக்கும் தோன்றவில்லை. அதற்கு முதல் காரணம், அவருக்கு வாரிசுகள்

என்று யாரும் இல்லை; அடுத்ததாக அங்கிருந்து எடுத்துக்கொள்ளக் கூடிய சாமான்களும் மிகக் குறைவாகவே இருந்தன. ஒரு மூட்டை பழைய துணிகள், ஒரு குயர் அரசாங்கத் தாள்கள், மூன்று ஜோடி காலுறைகள், அவரது கால்சராயிலிருந்து தெறித்து வெளியே விழுந்திருந்த ஒரு சில பட்டன்கள் இவற்றோடு முன்பு குறிப்பிட்ட பழைய ஓவர்கோட். அதெல்லாம் எவருக்குப் போய்ச்சேர்ந்ததோ அது கடவுளுக்குத்தான் தெரியும். இவரது இந்தக் கதையை என்னிடம் சொன்னவரும் கூட அதைப் பற்றி அறிவதில் அக்கறை காட்டவில்லை.

அகாகீய் அகாகீவிச்சைத் தூக்கிச் சென்று புதைத்துவிட்டார்கள். அப்படி ஒரு மனிதன் வாழ்ந்ததற்கான எந்தத் தடயமும் இல்லாமல் செயிண்ட் பீட்டர்ஸ்பர்க் தன் போக்கில் இயல்பாக இயங்கிக் கொண்டிருந்தது. பாதுகாத்து அரவணைப்பதற்கு எவரும் இல்லாத ஒரு மனித ஜீவன் மறைந்துவிட்டது. எவரும் அவரை நேசித்ததில்லை, எவருக்கும் அவர் ஒரு சுவாரசியமான மனிதராக இருந்ததுமில்லை. சர்வசாதாரணமான ஒரு பூச்சியைக் கூடப் பலகையில் பின் குத்தி மைக்ராஸ்கோப்பால் பரிசோதிக்கும் உயிரியல் மாணவர்களுக்குக் கூட அவர் மீது ஆர்வமில்லை. அலுவலகத்தில் தன்னை மையப் படுத்திச் செய்யப்பட்ட பரிகாசங்களை மட்டுமே சுமந்தபடி அமைதி யாகக் கல்லறைக்குப் போய்ச் சேர்ந்திருக்கும் ஒரு மனிதர். வித்தியாசமான எந்த ஒரு காரியத்தையும் தன்வாழ்வில் முயன்று பார்த்திருக்காதவர். பாவப்பட்ட அவரது வாழ்க்கையின் இறுதிக் கட்டத்தில் ஒரு குறுகிய காலத்துக்கு சிறிது மகிழ்ச்சியும் ஒளியும் சேர்ந்தது அந்த ஓவர்கோட் மட்டும்தான். பிறகு துரதிர்ஷ்டவசமான பேரிடி ஒன்று தாக்கிவிடவே வலிமை மிகுந்த இந்த உலகின் மீது விழும் பேரிடி போல எல்லாமே ஒரு முடிவுக்கு வந்துவிட்டது.

அவர் இறந்து பல நாட்கள் சென்றபிறகு, அவரது அலுவலகத் திலிருந்து ஒரு காவலாளி அவர் வீட்டுக்கு வந்தார். அகாகீய் அகாகீவிச் உடனடியாக அலுவலகத்துக்கு ஆஜராக வேண்டும் என்ற மேலதிகாரியின் உத்தரவோடு அங்கே வந்திருந்தார் அவர். ஆனால் அகாகீவிச்சால் இனிமேல் அலுவலகத்துக்கு வர முடியாது என்ற செய்தியைச் சுமந்தபடி தனியே திரும்பிச் சென்றார் அவர்.

“ஏன் வர முடியாது” என்ற கேள்விக்கு,

“அவர் இறந்து விட்டார்; நான்கு நாட்கள் முன்பு அவரை அடக்கம் செய்தாயிற்று” என்று பதில் தந்தார் காவலாளி.

அகாகீய் அகாகீவிச் பணிபுரிந்த அலுவலகத்தில் அவரது மரணச் செய்தியை இப்படித்தான் அவர்கள் அறிந்து கொண்டார் கள். மறுநாளே அவரது இடத்தில் ஒரு புதிய குமாஸ்தா வேலைக் குச் சேர்ந்து விட்டார். அவர் என்னவோ உயரமாகத்தான் இருந் தார்; ஆனால் அவரது கையெழுத்து சீராக இல்லை. சாய்ந்தும் சரிந்தும் கோணலாக இருந்தது அது.

ஆனால் உண்மையில் அகாகீய் அகாகீவிச்சின் முடிவு இதுவல்ல என்பதையும், எவராலும் கண்டுகொள்ளப்படாமல் முடிந்துபோன தன் வாழ்க்கையை ஈடுகட்டும் வகையில் சாவுக்குப் பிறகு அவர் ஒரு பெரிய சலசலப்பை ஏற்படுத்தப் போகிறார் என்பதையும் எவராலும் கற்பனை செய்துகூட பார்த்திருக்க முடியாது. ஆனால் அது என்னவோ அப்படித்தான் நடந்தது. அதனால் நம்முடைய சிறிய கதைக்கு எதிர்பாராத வகையில் அற்புதமான விநோதமான ஒரு முடிவும் அமைந்துவிட்டது.

காலின்கின் பாலத்துக்கு அருகே உள்ள தெருக்களில் ஏதோ ஒரு பேய் நடமாட்டம் இருப்பதாக செயிண்ட் பீட்டர்ஸ்பர்கில் திடீரென்று வதந்திகள் பரவத் தொடங்கின. கீழ்மட்ட குமாஸ்தா போலத் தோற்றமளிக்கும் அந்தப் பேய், தொலைந்து போன தன் கோட் என்று நினைத்துக் கொண்டு எதிர்ப்படுபவர்களின் கோட்டையெல்லாம் பறித்து இழுத்துக் கொண்டிருப்பதாகவும் அவர்களது பட்டம், பதவி என்று எதையும் அது பொருட்படுத்துவ தில்லை என்றும் பேசிக் கொண்டார்கள். பூனை, கீரி, நரி, கரடி என்று எந்த மிருகத்தின் தோல் அல்லது ரோமம் என்று எதைப் பயன்படுத்தி அது செய்யப்பட்டதாக இருந்தாலும் அதைப் பற்றியெல்லாம் கவலைப்படாமல் எந்த வித்தியாசமும் பார்க்காமல் மனிதர்கள் தங்கள் உடம்பைப் போர்த்திக் கொள்ள எந்தக் கோட்டைப் பயன்படுத்திக் கொண்டிருந்தாலும் அந்தப் பேய் அதைப் பறித்து வருவதாகவும் சொல்லப்பட்டது.

அரசாங்க ஊழியர் ஒருவர் தன் கண்களாலேயே அந்தப் பேயைப் பார்த்திருந்தார்; அது அகாகீய் அகாகீவிச்தான் என்பது எடுத்ததுமே அவருக்குப் புலப்பட்டுவிட்டது. மிகமிகப் பயந்து போன அவர் எத்தனை விரைவாக முடியுமோ அத்தனை விரை வாக அங்கிருந்து தலைதெறிக்க ஓட்டம் பிடித்து விட்டார். அதனால் இறந்துபோன அந்த மனிதரின் ஆவியை அவரால் தெளிவாகப் பார்க்க முடியவில்லை. ஆனாலும் தொலைவிலிருந்து பார்த்தபோது, அந்தப் பேய் தன் விரலை ஆட்டி அவரைப் பயமுறுத்திக் கொண்டி ருந்தது மட்டும் அவர் கண்ணுக்குப் புலப்பட்டது. பேய் பற்றிய புகார்கள் நாலா பக்கங்களிலிருந்தும் குவிந்து கொண்டிருந்தன. அவை சாதாரண அலுவலர்களிடத்திலிருந்து மட்டும் வரவில்லை, உயர் அந்தஸ்து படைத்த பிரிவி கவுன்சிலர் போன்றவர்களும் கூடத் தங்கள் மேல்கோட் இழுக்கப்பட்டதால் முதுகிலும் தோள்களிலும் குளிர் தாக்குவதை உணர்ந்தனர். அந்தப் பேயை உயிருடனோ பிணமாகவோ பிடித்து வர வேண்டுமென்று காவல் துறைக்கு ஆணை பிறப்பிக்கப்பட்டது. எல்லோருக்கும் ஒரு எச்சரிக்கை விடுக்கும் முறையில் அதைக் கடுமையான தண்டனைக்கு உட்படுத்தியாக வேண்டும்.

இதற்கு மேல் சொல்ல என்ன இருக்கிறது? அந்த முயற்சியில் கிட்டத்தட்ட அவர்கள் ஜெயித்துக் கொண்டிருந்தார்கள் என்றே சொல்லிவிடலாம்.

கிர்யுஷ்கின் சந்துப் பகுதியில் ஒரு காவலாளி அந்தப் பேயைக் கையும் களவுமாகவே பிடித்துக் காலரைப் பற்றி இழுத்திருந்தார். அப்போது அந்தப் பேய் ஓய்வு பெற்ற ஒரு புல்லாங்குழல் இசைக் கலைஞரின் கோட்டைப் பிடித்து இழுக்க முயற்சி செய்து கொண்டிருந்தது. அந்தப் பேயைப் பிடித்து இழுத்தபடியே தன் சகாக்கள் இருவரையும் உதவிக்கு அழைத்த அந்தக் காவலாளி, ஒரு நிமிடம் அதைப் பார்த்துக் கொள்ளச் சொல்லிவிட்டுப் பனியாலும் குளிராலும் நமநமத்துக் கிடந்த தன் மூக்கிற்கு உசுப்பேற்றிக் கொள்வ தற்காகப் பொடி டப்பியைத் திறந்து மூக்குப் பொடி போட்டுக் கொள்ள ஆரம்பித்தார். ஆனால் ஒரு பிணத்தால் கூடப் பொறுத்துக் கொள்ள முடியாத அளவுக்கு அந்தப் பொடியின் நெடி மிகவும் காரமாக இருந்திருக்க வேண்டும். தன் விரலால் வலது மூக்கை அடைத்துக் கொண்டு தான் எடுத்த பொடியில் பாதியளவை இடது மூக்கில் திணிப்பதற்குள் அந்தப் பேய் பயங்கரமாய்த் தும்மல் போட்டு விட தும்மலிலிருந்து தெறித்த நீர்த்துளிகளால் சுற்றியிருந்த மூன்று காவலாளிகளின் கண்களும் மங்கிப் போய்விட்டன. கையால் கண்களைத் துடைத்துக் கொண்டு அவர்கள் பார்த்தபோது அந்தப் பேய், போன இடம் தெரியாமல் எங்கோ மறைந்திருந்தது. உண்மை யிலேயே அதைத் தாங்கள் பிடித்து வைத்திருந்தோமா இல்லையா என்று கூடத் தெரியாமல் ஆச்சரியப்பட்டுக் கொண்டிருந்தார்கள் அவர்கள். பேய் குறித்த பயம் காவலாளிகளை மிக அதிகமாகப் பிடித்துக் கொண்டு விட்டதால் உயிரோடு இருக்கும் திருடர்கள் விஷயத்தில் கூடத் தலையிடப் பயந்தவர்களாய் தூரத்திலிருந்தே, "ஏய் ஓடு ஓடு" என்று சத்தம் தர மட்டும் ஆரம்பித்திருந்தனர்.

குமாஸ்தாவின் ஆவி காலின்கின் பாலத்தைத் தாண்டி மற்ற தெருக்களில் உள்ளவர்களையும் மிரட்டத் தொடங்கிவிட்டது. இயல்பிலேயே பயந்த சுபாவம் கொண்டவர்கள் அந்தப் பேய்க்கு அஞ்சி நடுங்கிக் கொண்டிருந்தனர்.

ஆனால் இந்த உண்மைக் கதையின் அதி அற்புதமான திருப்பத்துக்குக் காரணமாக இருந்த அந்த மிக முக்கியமான மனிதரை நாம் முழுமையாகவே கண்டுகொள்ளாமல் விட்டு விட்டோம்.

உள்ளதை மறைக்காமல் நியாயப்படி சொல்ல வேண்டுமானால் அன்று மிகவும் கேவலமாக அவமானப்படுத்தப்பட்டுக் கூசிக் குறுகிப் போய் அகாகீய் அகாகீவிச் வெளியேறிச் சென்ற சிறிது நேரத்தில் அவருக்கு லேசான குற்ற உணர்வு ஏற்பட்டதென்னவோ உண்மை தான். மற்றவர்கள் படும் துன்பத்தைப் பார்த்து இரக்கப்படும்

நல்லுணர்வுகள் அவரது இதயத்தில் ஒரேயடியாக இல்லாமல் போய் விடவில்லை, ஆனாலும் அவற்றை வெளிக்காட்ட முடியாமல் அவரது உயர்பதவியும் அதிகாரமும் அவரைத் தடுத்துக் கொண் டிருந்தன. தன்னைப் பார்க்க வந்திருந்த நண்பர் தன் அறையை விட்டுச் சென்ற உடனேயே அகாகீய் அகாகீவிச்சைப் பற்றி எண்ணத் தொடங்கி விட்டார் அவர். அன்று தொடங்கி அலுவலக ரீதியான கடுமையான கண்டிப்பைத் தாங்க முடியாமல் இரத்தம் சுண்டிப்போய் வெளிறிப் போன அந்தக் கீழ்மட்ட குமாஸ்தாவின் முகமே அவர் மனதுக்குள் கிட்டத்தட்ட ஒவ்வொரு நாளும் வந்து கொண்டிருந்தது. அந்த எண்ணம் அவரை மிகவும் அலைக்கழித்துக் கொண்டிருந்ததால் தன் அலுவலகத்திலிருந்தே ஒரு குமாஸ்தாவை அனுப்பிவைத்து இப்போது அகாகீய் அகாகீவிச் எப்படி இருக்கிறார் என்பதையும், அவருக்குத் தன்னால் செய்ய முடிந்த உதவி ஏதேனும் இருக்கிறதா என்பதையும் விசாரித்து வருமாறு செய்தார். ஆனால் திடீர்க் காய்ச்சலால் அகாகீவிச் இறந்து போய்விட்டார் என்ற செய்தியைக் கேள்விப்பட்டபோது, அது அவரைச் சற்று உலுக்கிவிட்டது; அவரது மனசாட்சியை உறுத்தி ஒருநாள் முழுவதும் வேறெந்த விஷயத்திலும் கவனம் செலுத்த முடியாமல் சோர்வாக இருக்க வைத்தது. அந்த எண்ணங்களிலிருந்து தன்னை விடுவித்துக் கொள்ளவும், நடந்து முடிந்த துயரமான சம்பவத்தை அடியோடு மறக்கவும் எண்ணிய வராய் அன்று மாலை தன் நண்பர் ஒருவரின் வீட்டில் விருந்துக்குச் சென்றார் அவர். அங்கே நிறையபேர் கூடியிருந்தார்கள். அவர்களில் பெரும்பாலோர் அவரை ஒத்த பதவி அந்தஸ்து உடையவர்களாக இருந்தது அவருக்கு ஆறுதலாக இருந்தது. அந்த இடத்தில் அவர் தன்னைக் கட்டுப்படுத்திக் கொண்டு இருக்க வேண்டியதில்லை. இந்த நினைப்பே அவரது மனப்போக்கில் பிரமாதமான மாற்றத்தை ஏற்படுத்தியது. அவர் எல்லோருடனும் தாராளமாகக் கலந்து பழகி அரட்டையடித்தார், உற்சாகமாக இருந்தார். சுருக்கமாகச் சொல்லப் போனால் அது அவருக்கு ஒரு சந்தோஷமான மாலை நேரமாக அமைந்தது. உணவுக்குப் பிறகு இரண்டு கோப்பை ஷாம்பெயின் அருந்தினார்; ஊக்கத்தை மிகுதியாக்கக் கூடியது அது என்பது எல்லோருமே அறிந்ததுதான். அவருக்கு உள்ளே போன ஷாம்பெயின் மது விதவிதமான புது சாகசங்களை நாடிச் செல்லுமாறு அவரைத் தூண்டிவிட்டது. நேராக வீட்டுக்குப் போகாமல் ஜெர்மானிய இனத்தைச் சேர்ந்த 'பெயர்போன' பெண்மணியாகிய கரோலினா இவானோவ்னாவின் வீட்டுக்குச் செல்ல அவர் தீர்மானித்தார். முன்பே அவளோடு அவருக்கு மிகுந்த நெருக்கம் இருந்திருக்க வேண்டுமென்றுதான் தோன்றுகிறது.

முக்கியமானவரான அந்த மனிதர், ஓர் இளைஞர் இல்லை என்பதை இங்கே குறிப்பிட்டாக வேண்டும். அவர் ஒரு நல்ல கணவர்; குடும்பத்தால் மதிக்கப்படும் ஒரு தந்தை. அவரது இரண்டு

மகன்களில் ஒருவன் ஏற்கனவே அரசாங்கப் பணியில் சேர்ந்து விட்டான். பதினாறு வயதில் அழகான ஒரு மகள் அவருக்கு இருந்தாள். லேசாக வளைந்திருந்தாலும் அழகான சிறிய மூக்கு அவளுக்கு. ஒவ்வொரு நாள் காலையிலும் அவரருகே வந்து அவர் கையை முத்தமிட்டு,

"குட்மார்னிங் அப்பா" என்று சொல்பவள் அவள். அவரது மனைவியும் அழகானவள்தான். முதலில் அவரைத் தன் கையில் முத்தமிடச் செய்துவிட்டுப் பிறகு அவரது கையில் தானும் முத்தமிடுவாள். இது அவள் வழக்கமாகச் செய்வது. குடும்ப உறவுகளைப் பொறுத்த வரை இவ்வாறு முழுமையான திருப்தியோடு இருந்தாலும் நகரத்தின் வேறொரு கோடியில் இப்படி வேறொரு பெண்ணோடு நட்பு வைத்துக் கொள்வதை ஒரு நாகரிகம் என்று கருதினார் அவர். அந்தப் பெண் தோழி அவரது மனைவியை விட அழகானவளோ; வயதில் குறைந்தவளோ இல்லை. ஆனால் உலகம் முழுவதுமே இப்படிப்பட்ட புதிர்களால்தான் நிறைந்திருக்கிறது. அதை விசாரித்துத் தீர்ப்புச் சொல்வது நம் வேலையில்லை.

விருந்தளித்த நண்பரின் வீட்டிலிருந்து படியிறங்கி வந்து தன் பனிச்சறுக்கு வண்டியில் ஏறிக் கொண்ட நமது முக்கியமான நபர், வண்டியோட்டியைப் பார்த்து "கரோலினா இவானோவ்னாவின் வீட்டுக்குப்போ" என்றார். விலையுயர்ந்த, கதகதப்பான ரோமம் செறிந்த கோட்டுக்குள் தன்னைப் பொதிந்து கொண்டபடி உள்ளிருக்கையில் வசதியாக அமர்ந்து கொண்டார். பொதுவாக ரஷ்யர்களால் கொண்டாடப்படும் உச்சபட்ச மகிழ்ச்சியான மனநிலையில் அப்போது அவரது மனம் இருந்தது. அப்படிப்பட்ட மனநிலையில் இருக்கும்போது நாமாக எதையும் யோசித்துப் பார்க்காமலே ஒன்றைவிட ஒன்று மேலானதாய் அடுக்கடுக்கான இனிய நினைவுகள் நம் சிந்தைக்குள் தானாகவே நழுவி ஓடிக் கொண்டிருக்கும். மாலை விருந்தில் நிகழ்ந்த களிப்பான விஷயங்களையும், கூடியிருந்த வர்களைச் சிரிப்பிலாழ்த்திய புத்திசாலித்தனமான வேடிக்கைத் துணுக்குகளை அசைபோட்டபடி முழுத் திருப்தியோடு இருந்தார் அவர். அவற்றில் பலவற்றை மெல்லிய தொனியில் முணுமுணுக்கவும் செய்தார்; இப்போதும் கூட அவை அவருக்கு நகைப்பூட்டுவதாக இருக்கவே இயல்பாக மனம் விட்டுச் சிரிக்கவும் செய்தார். அவ்வப்போது அதுவும் திடீர்திடீரென்று அவர்மீது வீசியடித்துக் கொண்டிருந்த சுழற்காற்று மட்டும் அவரைச் சங்கடப்படுத்திக் கொண்டிருந்தது. அது ஏன், எங்கிருந்து அப்படி வருகிறதென்பது கடவுளுக்குத்தான் தெரியும். அது அவர் முகத்தில் அறைந்து, அவர்மீது வீசியது. அவரது கோட் காலருக்குள் புகுந்து, பாய்மரப் படகில் கட்டப்பட்டிருக்கும் பாய் விரிந்து உப்புவது போல அதை உப்ப வைத்தது. ஏதோ அமானுஷ்யமான ஒரு சக்தியைப் போல அவரது தலைக்கு மேல் சட்டென்று வீசிவிட்டுச் சென்றது. அந்தக்

காற்றின் சுழற்சியிலிருந்தும், வேகத்திலிருந்தும் தன்னை விடுவித்துக் கொள்ள அவர் தொடர்ந்து போராட வேண்டியிருந்தது.

திடீரென்று தன் காலரைப் பின்னாலிருந்து யாரோ பற்றியிழுப்பது போல் அந்த முக்கியமான மனிதருக்குத் தோன்றியது. திரும்பிப் பார்த்தபோது குட்டையான ஒரு மனிதன் பழசாகிக் கந்தலாய்ப்போன ஒரு மேலங்கியோடு நின்று கொண்டிருந்தான். நடுநடுங்கிப்போன அவர் அது, அகாகீய் அகாகீவிச் என்பதை இனம் கண்டு கொண்டார். அந்த மனிதனின் முகம் பனிவெண் மையாக ஒரு சவத்தின் முகம் போலவே இருந்தது. ஆனால் அந்தப் பேய் மனிதனின் வாய் திறந்திருந்ததையும், அதிலிருந்து பிண நாற்றம் வீசுவதையும், கீழ்க்கண்ட வார்த்தைகள் அந்த வாயிலிருந்து உதிர்வதையும் கண்டதும் அந்த முக்கியமான மனிதர் கொண்டிருந்த அச்ச உணர்வு எல்லை மீறிச் சென்றுவிட்டது.

"ஓ கடைசியில் நீ இங்கேதான் இருக்கிறாயா? உன்னை ஒரு வழியாகப் பிடித்துவிட்டேன். உன் காலரையும் பிடித்துக் கொண்டு விட்டேன். எனக்கு உன் ஓவர்கோட் வேண்டும். என்னுடையதைக் கண்டுபிடிக்க நீ எந்த முயற்சியும் செய்யவில்லை, ஆனால் என்னைக் கடுமையாகக் கடிந்து கொண்டு எட்டி உதைத்து விட்டாய். இப்போது உன்னுடையதை நான் எடுத்துக் கொள்ளப் போகிறேன்" என்றது அந்தப் பேய்.

பாவப்பட்ட அந்த முக்கியமான மனிதர், அச்சத்தின் பிடியில், கிட்டத்தட்ட இறந்து போய்விடுவது போலிருந்தார். பொதுவாக அலுவலகத்தில் தனக்குக் கீழே வேலை செய்பவர்களின் முன்னிலையில் அவர் தைரியமாகத்தான் தெரிவார். அவரது கம்பீரமான தோற்றத்தையும், துணிவை வெளிப்படுத்தும் முகத்தையும் பார்த்ததும் "அட எப்படிப்பட்ட மனிதர் இவர்" என்று மற்றவர்கள் வியந்து போவதுண்டு. இப்போது இப்படிப்பட்ட சிக்கலான சூழ்நிலையில், வெளிப்பார்வைக்கு மட்டுமே தைரியசாலிகளாகத் தெரியும் பிற மனிதர்களைப் போலவே அவரும் உள்ளுக்குள் பயந்து நடுங்கிப் போனார். தனக்கு மிக பயங்கரமாக ஏதோ ஒன்று சம்பவிக்கப் போகிறது என்ற கடுமையான அச்சம் அவருக்கு ஏற்பட்டு விட்டது. தன் தோளிலிருந்த கோட்டைக் கழற்றி வேகமாக வீசியெறிந்து விட்டு,

"சீக்கிரம் வீட்டுக்குப்போ எத்தனை வேகமாக முடியுமோ அத்தனை வேகமாக ஓடும்."

என்று வண்டியோட்டியிடம் மிகவும் ஆவேசமான குரலில் உரக்கக் கத்தினார். சிக்கலான நேரங்களில் அவர் அப்படி மூர்க்கமாகக் கத்துவதை அவன் கேட்டிருக்கிறான். இப்போது மேலும்

ஏதோ பயங்கரமான பிரச்சினை என்பது வெளிப்படையாகத் தெரிந்ததால் அவசரமான சமயங்களில் செய்வது போலத் தன் தலையை இரண்டு தோள்பட்டைகளுக்கும் இடையே தாழ்வாக வைத்துக் கொண்டு தன் சாட்டையைச் சொடுக்கி வண்டியை அம்பு போல் செலுத்தினான். ஆறே நிமிடங்களில் அந்த முக்கியமான மனிதர் தன் வீட்டு வாசலுக்கு வந்து சேர்ந்திருந்தார். கரோலினா இவானோவ்னாவின் வீட்டுக்குச் செல்வதற்குப் பதில், நடுக்கத்தோடு, முகம் வெளிறிப்போய்த் தள்ளாடித் தள்ளாடி கோட்டும் இல்லாமல் தன்னுடைய அறைக்குச் சென்று கொண்டிருந்தார் அவர். இரவு முழுவதும் பயத்தோடும் பதட்டத்தோடுமே கழிந்தது. மறுநாள் காலையில் தேநீர் அருந்தும்போது "இன்று ஏன் இப்படி பயங்கரமாக வெளிறிப் போய்த் தெரிகிறீர்கள் அப்பா" என்று கேட்டாள் மகள். ஆனால் அந்த அப்பா அமைதியாகவே இருந்தார். அவருக்கு என்ன நடந்தது என்பதையோ, அவர் எங்கிருந்தார் என்றோ, எங்கே போக எண்ணியிருந்தார் என்பது பற்றியோ எவரிடமும் ஒரு வார்த்தை கூட அவர் சொல்லவில்லை.

அந்த நிகழ்ச்சி அவரிடம் ஆழமான ஒரு தாக்கத்தை ஏற்படுத் திவிட்டது. "என்ன துணிச்சல் உங்களுக்கு? யாருக்கு முன்னால் நிற்கிறோம் என்று தெரிந்திருக்கிறதா உங்களுக்கு" என்றெல்லாம் தனக்குக் கீழிருக்கும் அலுவலர்களிடம் அவர் கேட்பது இப்போது குறைந்து போய்விட்டது. அப்படியே அந்த வார்த்தைகளைச் சொன்னாலும், முதலில் மற்றவர்கள் சொல்வதைக் கேட்டுவிட்டுத் தான் அப்படிச் சொல்வார் அவர். ஆனால் அதை விடக் குறிப் பிடத்தகுந்த விஷயம் என்னவென்றால் இறந்துபோன அகாகீவிச்சின் ஆவி, அதற்குப் பிறகு தென்படவே இல்லை என்பதுதான். ஒரு வேளை முக்கியமான அந்த மனிதரின் ஓவர்கோட், அவரது தோளில் மிகச் சரியாகப் பொருந்தி இருக்கலாம். எப்படியோ, அதற்குப் பிறகு எந்த மனிதனின் தோள்களிலிருந்தும் ஓவர்கோட் பறித்திழுக்கப்பட வில்லை. அப்படிப்பட்ட சம்பவங்களை எவருமே கேள்விப்படவும் இல்லை. ஆனால் விஷயத்தை இதோடு விட்டு விட விருப்ப மில்லாதவர்களும், பயந்த சுபாவம் கொண்டவர்களும் நகரத்தின் ஏதோ சில தொலைதூரப் பகுதிகளில் அந்தப் பேய் இன்னும் சுற்றியலைகிறது என்றே திரும்பத்திரும்ப உறுதியாகச் சொல்லிக் கொண்டிருந்தனர். கோலோம்னாவில் இருக்கும் ஒரு காவலாளி, தன் கண்களால் உண்மையாகவே அந்தப் பேயைப் பார்த்ததாகவும் அது ஒரு வீட்டின் பின்புறத்திலிருந்து வந்து கொண்டிருந்தது என்றும் சொன்னான். ஆனால் அவன் மெலிவாகவும், பலவீனமாகவும் இருந்ததால் அதைக் கைது செய்யும் துணிச்சல் அவனுக்கு

வரவில்லை. ஆனாலும் இருட்டில் அதைப் பின்தொடர்ந்து கொண்டேதான் சென்றான் அவன். சட்டென்று நின்று திரும்பிப் பார்த்த அந்தப் பேய்,

"உனக்கு என்ன வேண்டும்" என்று கேட்டபடி தன் கை முஷ்டியை அவனது முகத்தை நோக்கி நீட்டியது. உயிரோடு இருக்கும் எவரிடமும் அத்தனை பெரிய முஷ்டியை இதுவரை அவன் பார்த்ததில்லை. "ஒன்றும் வேண்டாம்" என்று சொன்னபடி உடனே வேறு பக்கம் திரும்பிக் கொண்டான் அவன். ஆனால் அந்தப் பேய் என்னவோ மிகமிக உயரமாக இருந்தது; பெரிய மீசை வைத்துக் கொண்டிருந்தது. ஒபுகோவ் பாலம் இருந்த திசையில் நடந்து சென்று இரவின் இருட்டில் அது அப்படியே கரைந்து போயிற்று.

○

களிப்பு

ஆண்டன் செக்காவ்

நள்ளிரவு நேரம். மித்யா குல்தரோவ் அலறிப்புடைத்துக் கொண்டு பதட்டத்தோடு தன் பெற்றோர் குடியிருக்கும் வீட்டுக்குப் பறந்து வந்தான். எல்லா அறைகளுக்குள்ளும் வேகவேகமாக நுழைந்தான். அவனது தாயும் தந்தையும் படுக்கப்போய் விட்டார்கள். தங்கை படுக்கையில் படுத்தபடி ஒரு நாவலின் கடைசிப் பக்கத்தைப் படித்துக் கொண்டிருந்தாள். பள்ளி செல்லும் வயதிலிருந்த தம்பிகள் தூங்கிவிட்டார்கள்.

"ஆமாம், எங்கேயிருந்து வந்திருக்கிறாய்? உனக்கு இப்போது என்னதான் ஆயிற்று, என்ன விஷயம்" என்று அவன் பெற்றோர் ஆச்சரியத்தோடு அவனைக் கேட்டார்கள்.

"ஐயோ, அதை ஏன் கேட்கிறீர்கள்? நான் கொஞ்சம் கூட எதிர்பார்க்கவில்லை. என்னாலேயே அதை நம்ப முடியவில்லை. ஆமாம். இன்னும் கூட அதை நம்ப முடியவில்லை" என்ற மித்யா பலமாகச் சிரித்தான். ஆனந்த மிகுதியால் அவனால் நிலையாக நிற்கக்கூட முடியவில்லை. அங்கிருந்த கைவைத்த நாற்காலி ஒன்றில் உட்கார்ந்து கொண்டான்.

"நம்பவே முடியாத ஒரு விஷயம், உங்களால் அதைக் கற்பனை கூட செய்ய முடியாது தெரியுமா?"

அவனது தங்கை படுக்கையிலிருந்து கீழே குதித்திறங்கி ஒரு போர்வையைப் போர்த்திக் கொண்டு சகோதரனுக்கு அருகே வந்தாள். பள்ளி செல்லும் சிறுவர்களும் தூக்கத்திலிருந்து விழித்துக் கொண்டிருந்தனர்.

"சரி, விஷயம் என்னவென்று சொல். நீ ஒரு நிலையில் இருப்பதாகவே தெரியவில்லையே."

"அதற்குக் காரணம் சந்தோஷம்தான் அம்மா. இப்போது ரஷ்யா முழுவதற்கும் என்னைத் தெரியும், ஆமாம் முழு ரஷ்யாவுக்கும். டிமிட்ரி குல்தரோவ் என்று ஒரு பதிவு குமாஸ்தா இருப்பது இதற்கு முன்னால் உங்களுக்கு மட்டும்தான் தெரியும். இப்போது ரஷ்யா முழுவதற்குமே அது தெரியும் அம்மா கடவுளே."

மித்யா குதி போட்டுக் கொண்டு அறைகளுக்குள் ஓடினான். மீண்டும் உட்கார்ந்தான்.

"சரி அப்படி என்னதான் நடந்தது, அதைத்தான் எங்களிடம் சொல்லேன்."

"நீங்களெல்லாம் விலங்குகளைப்போல வாழ்ந்து கொண்டிருக்கிறீர்கள், செய்தித்தாள் படிப்பதில்லை, கவனத்தை ஈர்க்கும் எந்த விஷயத்திலும் கருத்துச் செலுத்துவதில்லை பார்ப்பதில்லை. ஆனால் இந்தச் செய்தித்தாள்களை எடுத்துக் கொள்ளுங்களேன், அவற்றில் எத்தனை அதிசயமான செய்திகள் வருகின்றன தெரியுமா, ஏதாவது ஒரு விஷயம் நடந்து விட்டால் போதும், உடனே அவர்களுக்குத் தெரிந்து விடுகிறது, எதுவுமே அவர்கள் கண்ணுக்குத் தப்புவதில்லை. ஐயோ எனக்கு எவ்வளவு சந்தோஷமாக இருக்கிறது தெரியுமா? கடவுளே என்ன இருந்தாலும் செய்தித்தாள்கள் செய்தித்தாள்கள்தான். புகழ் பெற்ற மனிதர்களைப் பற்றித்தான் செய்தித்தாள்கள் எழுதுவது வழக்கம், இப்போது பார்த்தால் என்னைப்பற்றிக்கூட எழுதி விட்டார்கள்."

அப்பா முகம் வெளிறிப் போயிருந்தார். அம்மா அறையிலிருந்த தெய்வ உருவத்தைப் பார்த்தபடி சிலுவைக்குறி இட்டுக் கொண்டாள். படுக்கையிலிருந்து இறங்கிய பள்ளிச்சிறுவர்கள், தாங்கள் அணிந்திருந்த இரவு உடையுடன் மூத்த சகோதரனுக்கு அருகே வந்தனர்.

"ஆமாம், நிஜம்தான். என்னைப்பற்றி அவர்கள் எழுதியிருக்கிறார்கள். இப்போது ரஷ்யா முழுவதற்கும் என்னைப்பற்றித் தெரியும். அம்மா, இந்தச் செய்தித்தாளைப் பத்திரமாகப் பாதுகாத்து வைக்க வேண்டும், பின்னால் எப்போதாவது மறுபடியும் ஒரு தடவை பார்த்துக்கொள்ளலாம் இல்லையா. சரி இதோ பாருங்கள்."

மித்யா தன் கோட்டுப்பையிலிருந்து ஒரு செய்தித்தாளை எடுத்துத் தந்தையிடம் கொடுத்தான். நீல வண்ணப்பென்சிலால் வட்டம் போட்டிருந்த ஒரு இடத்தைத் தன் விரலால் சுட்டிக் காட்டினான்.

“ம்... படியுங்கள்”

அப்பா கண்ணாடியை அணிந்து கொண்டார்.

“ம்... படியுங்கள்”

அம்மா மீண்டும் தெய்வ உருவைப்பார்த்து சிலுவை போட்டுக் கொண்டாள்.

அப்பா தொண்டையைச் செருமிக் கொண்டு படிக்க ஆரம்பித்தார்.

“டிசம்பர் 29 ஆம் தேதி மாலை பதிவு குமாஸ்தாவான டிமிட்ரி குல்தரோவ்.”

“பார்த்தீர்களா பார்த்தீர்களா. ம்... மேலே படியுங்கள்.”

“பதிவுக் குமாஸ்தாவான டிமிட்ரி குல்தரோவ், கோஸிகினில் இருக்கும் மலயா ப்ரோன்னயா தெருவிலுள்ள மதுக்கடையிலிருந்து மது மயக்கம் தெளியாத நிலையில் வெளியே வந்தார்.”

“அது நானேதான். செமியோன் பெத்ரோவிச். எல்லாம் எவ்வளவு துல்லியமாக விவரித்திருக்கிறார்கள், பாருங்கள் சரி படியுங்கள், எல்லோரும் கேளுங்கள்.”

“மது போதை தெளியாத நிலையில் இருந்த அவர், யுக்னோஸ்வ்கி மாவட்டம், டாரிகினோ கிராமத்தைச் சேர்ந்த இவான் ட்ரோதோவ் என்பவர் ஓட்டிக் கொண்டு வந்த வண்டியில் பூட்டப் பட்டிருந்த குதிரையின் காலடியில் வழுக்கி விழுந்தார். மிரண்டு போன குதிரை குல்தரோவை மிதித்துக் கொண்டு அந்தப் பனிச்சறுக்கு வண்டியை அவர் மீதே ஏற்றி இழுத்துக் கொண்டு சென்றது. அப்போது மாஸ்கோ வணிகரான ஸ்டீபன் லுகாவும் வண்டிக்குள் உட்கார்ந்திருந்தார். தெருவின் கீழிறங்கி வேகமாகச் சென்ற அந்த வண்டியைத் தெருக்கூட்டுபவர்கள் தடுத்து நிறுத்தினர். லேசாக நினைவில்லாமல் இருந்த குல்தரோவை முதலில் நகரில் இருந்த காவல் நிலையத்துக்குக் கூட்டிச்சென்று மருத்துவப் பரிசோதனையும் செய்தனர். அவரது பின்னந்தலையில் பட்ட அடி.”

“கூரான ஒரு கம்பால் அப்படி அடிபட்டது அப்பா, சரி சரி, படியுங்கள், தொடர்ந்து படியுங்கள்.”

“அவரது தலையின் பின்பகுதியில் பட்ட அடி லேசானது தான் என்பது கண்டறியப்பட்டது. நடந்த நிகழ்ச்சி அப்படியே பதிவு செய்யப்பட்டு பாதிக்கப்பட்டவருக்கு முதல் உதவியும் அளிக்கப்பட்டது.”

"தலையில் அடிபட்ட இடத்தில் குளிர்ச்சியாக ஒத்தடம் தருமாறு என்னிடம் சொன்னார்கள். சரி, இப்போது நீங்கள் படித்து விட்டீர்களில்லையா, நிஜமாகவே எப்படி ஒரு விஷயம் இது? இப்போது ரஷ்யா முழுக்க இந்தச் செய்தி பரவப்போகிறது, சரி, அதை என்னிடம் கொடுங்கள்."

மித்யா செய்தித்தாளை அவரிடமிருந்து பறித்துத் தன் கோட்டுப்பையில் வைத்துக் கொண்டான்.

"மகரோவ் குடும்பத்திடம் ஓடிப்போய் இதைக் காட்டப் போகிறேன், இவனிட்ஸ்கி நடால்யா இவானோவ்னா, அனிசிம் வாஸிலிச் என்று இன்னும் பல பேரிடம் இதைக் காட்ட வேண்டும். சரி கிளம்புகிறேன். குட் பை."

உச்சியில் சின்னம் வைத்த தொப்பியைத் தலையில் போட்டுக் கொண்டு வெற்றிப்பெருமிதத்தோடும், களிப்போடும் வீட்டை விட்டு வெளியேறி விரைந்தான் மித்யா.

○

வேலை, மரணம், நோய் ஒரு பழம்புராணம்

லியோ டால்ஸ்டாய்

கடவுள் முதன்முதலாக மனிதனைப் படைத்தபோது எந்தவிதமான வேலை செய்யவும் தேவை இல்லாத வகையிலேதான் அவனை உருவாக்கினார் என்பது அவர்கள் வெளியிடும் கருத்து. அப்போது மனிதர்களுக்கு வீடுகளோ, துணிமணிகளோ, உணவோ எதுவுமே தேவைப்படவில்லை. நூறு பேராய்ப் பெருகி வளரும் வரை நோய் என்றால் என்ன என்பதே தெரியாமல்தான் அவர்கள் வாழ்ந்து வந்தார்கள்.

சிறிது காலம் சென்றபிறகு மக்கள் எப்படி வாழ்ந்து கொண்டிருக்கிறார்கள் என்பதை அறிந்து கொள்வதற்காகக் கடவுள் பூவுலகம் சென்றார். தங்களுக்குக் கிடைத்த வாழ்க்கையை ஆனந்தமாகக் கழிக்காமல் ஒருவரோடொருவர் சண்டை போட்டுக் கொண்டும், அவரவர் நலனையே பெரிதாகக் கருதியும் அவர்கள் வாழ்ந்து கொண்டிருந்ததை அவர் கண்டார். அப்படிப்பட்ட வாழ்க்கை முறை, அவர்களை மகிழ்ச்சியாக இருக்கவிடவில்லை என்பதோடு வாழ்வையே சபித்துத் தூற்றவும் வைத்திருந்தது.

'அவர்கள் தனித்தனி மனிதர்களாகத் தங்களுக்காக மட்டுமே வாழ்வதனால்தான் இந்த நிலை' என்று தனக்குத் தானே சொல்லிக் கொண்ட கடவுள், இந்தப் போக்கு மாற வேண்டுமென்று எண்ணினார். வேலை செய்யாமல் எவருமே உயிர் வாழமுடியாது என்ற வகையில் விஷயங்களை மாற்றி அமைத்தார். குளிராலும், பசியாலும் வருந்தாமல் அவர்கள் தங்களைக் காத்துக்கொள்ள வேண்டுமென்றால் வீடு கட்டிக் கொண்டுதான் ஆக வேண்டும், மண்ணைக்கொத்தி தானியங்களையும் காய்கனிகளையும் அவர்கள் விளைவித்தே ஆக வேண்டும்.

'வேலை அவர்களை ஒருங்கிணைக்கக்கூடும்' என்பது கடவுளின் எண்ணமாக இருந்தது.

'தங்கள் தொழிலுக்குத் தேவைப்படும் கருவிகளைத் தாங்களாகவே உண்டாக்கிக் கொள்ள அவர்களால் முடியாது, தங்களுக்குத் தேவையான மரத்தைத் தாங்களே உற்பத்தி செய்து கொள்வதும், பிற இடங்களுக்கு அனுப்புவதும் அவர்களால் இயலாது, விதைப்பது முதல் அறுவடை வரை, நூல் நூற்பது நெய்வதில் தொடங்கி ஆடை தயாரிப்பது வரை இவை எல்லாவற்றையும் ஒற்றை ஆளால் மட்டுமே தனித்துச் செய்துவிட முடியாது, மக்கள் எத்தனைக்கெத்தனை மனப்பூர்வமாய் இணைந்து வேலை செய்கிறார்களோ அந்த அளவுக்கு நல்ல பயன் கிடைக்கும், வாழ்க்கைத் தரமும் உயரும். இந்த உண்மையை அப்போது அவர்கள் விளங்கிக்கொள்வார்கள். இது அவர்களை ஒன்றுபடுத்தும்' இதுவே அவரது திட்டம்.

மீண்டும் சிறிது காலம் சென்றது. இப்போது மனிதர்களின் நிலை எப்படி இருக்கிறது என்றும், அவர்கள் மகிழ்ச்சியாக இருக்கிறார்களா என்றும் பார்ப்பதற்காகக் கடவுள் மறுபடியும் வந்தார். ஆனால் முன்னை விடவும் நிலைமை இப்போது மிகவும் மோசமாய் இருப்பதையே அவரால் காண முடிந்தது. அவர்கள் ஒன்றுகூடி வேலை செய்தார்கள் என்பதென்னவோ உண்மைதான் (அதைத் தவிர வேறு வழியிருக்கவில்லை). ஆனால் எல்லோருமாக ஒன்றுகூடி அல்ல. அவர்கள் சிறு சிறு குழுக்களாகப் பிளவுண்டு கிடந்தார்கள். ஒவ்வொரு கூட்டத்தாரும் இன்னொரு கூட்டத்தாரிடமிருந்து வேலையைப் பறித்துக் கொண்டார்கள்; அல்லது, மற்றவர்களின் வேலையில் தலையிட்டு இடைஞ்சல் உண்டாக்க முயன்று கொண்டிருந்தார்கள். இப்படிப்பட்ட பூசல்களிலேயே அவர்களது நேரமும் சக்தியும் விரயமாகிக் கொண்டிருந்தது. அதனால் அவர்கள் செய்யும் வேலைகளும் மோசமாகவே முடிந்தன.

இந்த வழியும் ஒத்து வரவில்லை என்பதைக் கண்ட கடவுள், மரணம் எப்போது நிகழும் என்பதை எந்த மனிதனாலும் அறிந்து கொள்ள முடியாதபடி ஒரு ஏற்பாட்டைச் செய்தார். அது எந்தக் கணத்தில் வேண்டுமானாலும் அவனுக்கு நிகழலாம், ஆனால் துல்லியமான அந்தச் சரியான கணம் மட்டும் யாருக்குமே தெரியாது. இதை அவர்களிடமும் அவர் அறிவித்தார்.

'எந்த நேரம் வேண்டுமானாலும் இறக்க நேரிடலாம் என்பதால் வாழ்வதற்காகக் கிடைத்திருக்கும் நேரத்தைக் குறுகிய லாப நோக்கங்களோடு அவர்கள் வீணடிக்க மாட்டார்கள்' என்பது அவர் கொண்டிருந்த நினைப்பு. ஆனால் அதுவே வேறு வகையாக மாறிப்போயிற்று.

மக்கள் எப்படி வாழ்கிறார்கள் என்று பார்ப்பதற்காக இம்முறை அவர் திரும்பி வந்தபோது, மனித வாழ்க்கை எப்போதும் போல

அவலமாக இருந்ததையே அவர் கண்டார். எந்த நேரம் வேண்டு மானாலும் இறக்கக்கூடும் என்பதையே சாதகமாக்கிக் கொண்டு வலிமையுள்ளவர்கள் வலிமையற்றவர்களைத் தங்களுக்குக் கீழ்ப்படிய வைத்தார்கள், ஒரு சிலரைக் கொன்றார்கள்; வேறு சிலரைக் கொன்றுவிடுவதாக மிரட்டினார்கள். வலிமையானவர்களும் அவர் களது வாரிசுகளும் எந்த வேலையுமே செய்யாமல் சோம்பேறித் தனமாகக் காலம் கழித்தார்கள். அதே வேளையில் வலிமையற்ற வர்களோ தங்களது சக்திக்கு மீறி ஓய்வே இல்லாமல் உழைக்க வேண்டியிருந்தது. ஒரு தரப்பு மற்றொரு தரப்புக்கு அஞ்சியது, ஒன்று இன்னொன்றை வெறுத்தது. மனித வாழ்க்கை மேலும் மேலும் துன்பகரமாக ஆகிக் கொண்டு சென்றது.

இவற்றையெல்லாம் பார்த்த கடவுள், கடைசியாக ஒரு வழியைக் கையாண்டு எல்லாவற்றையும் சீரமைக்கத் தீர்மானித்தார். விதவித மான பலதரப்பட்ட நோய்களை மனிதர்களுக்கு அனுப்பிவைத்தார். எல்லா மனிதர்களுமே நோயின் பிடியில் சிக்க நேரிடும்போது உடல்நலத்தோடு இருப்பவர்கள், நோயுற்றவர்களிடம் இரக்கம் காட்டி உதவ வேண்டும் என்பதையும், அப்போதுதான் தாங்கள் நோய்வாய்ப்படும் வேளையில் அதே வகையான உதவி தங்களுக்குத் திரும்பக் கிடைக்கும் என்பதையும் புரிந்துகொள்ள முடியும் என்று கடவுள் நினைத்துக் கொண்டிருந்தார்.

பிறகு அங்கிருந்து விலகிச்சென்ற அவர், அவர்களைப் பார்க்க மறுபடியும் வந்தபோது, நோய்களோடு கூடவே அவர்களது வாழ்க்கை முன்னெப்போதையும் விடக் கேவலமாய் ஆகியிருந்தது. எந்த நோய் மனிதர்களை இணைக்கக்கூடும் என்று அவர் நினைத் திருந்தாரோ அதுவே அவர்களை முந்தைய நாட்களை விட மிகக் கூடுதலாகப் பிரித்திருந்தது. எளியோரிடம் வேலை வாங்கிக் கொண்டிருந்த வலியவர்கள் நோய்க்காலத்திலும் கூடத் தங்களுக்குப் பணிவிடை செய்யவேண்டுமென்றே அவர்களைப் பணித்துக் கொண்டிருந்தனர். ஆனால் பணியாளர்களான அந்த எளியவர்கள் நோய்வாய்ப்படும்போதோ எந்தவகையான உதவியும் அவர்களுக்குத் திரும்பக் கிடைக்கவில்லை.

பிறருக்காகவே ஏவல் செய்யுமாறும், நோயுற்ற காலங்களிலும் அவர்களுக்குப் பணிவிடை செய்யுமாறும் வற்புறுத்தப்பட்ட எளியவர்கள், வேலை செய்து செய்தே களைத்துப் போயிருந்தார்கள். தங்கள் உற்றார் உறவினர் நலம் குன்றிப்போனபோது அவர்களைப் பார்த்துக்கொள்ளக்கூட இவர்களுக்கு நேரமில்லை, அதனால் அவர்களது சொந்தபந்தங்கள் கவனிப்பாரற்றுக் கைவிடப்பட்டனர். உடல்நலம் குன்றியவர்களை ஏறெடுத்துப்பார்ப்பதும்கூட செல்வந் தர்களின் சுகபோக வாழ்க்கைக்கு இடையூறாகி, அவர்களை முகம் சுளிக்க வைத்துவிடும் என்பதனால் பாவப்பட்ட ஏழை மக்களுக்காக இல்லங்கள் அமைக்கப்பட்டன. அங்கே அவர்கள் நோயால் வாடித்

துன்புற்று இறந்தார்கள். யார் செலுத்தும் அனுதாபம் தங்களுக்கு ஊக்கமும் உற்சாகமும் அளிப்பதாக இருக்கக்கூடுமோ, அப்படிப் பட்டவர்களிடமிருந்தெல்லாம் அவர்கள் வெகுதூரம் விலகிப்போய் இருந்தார்கள். சம்பளத்துக்கு அமர்த்தப்பட்டுத் தங்களை இரக்க மில்லாமலும், சில நேரங்களில் வெறுப்புடனும் நடத்தும் மனிதர் களின் கரங்களிலேதான் அவர்கள் ஒப்படைக்கப்பட்டிருந்தார்கள்.

பல நோய்கள் தொற்றக்கூடிய தன்மை கொண்டவை என்று கருதிய மனிதர்கள் தங்களுக்கும் அவை தொற்றிவிடக்கூடுமோ என்ற அச்சத்தால் நோயாளிகளை ஒதுக்கி வைப்பதோடு, நோயாளி களைக் கவனித்துக் கொள்வோரிடமிருந்தும் தங்களை விலக்கி வைத்துக் கொண்டனர்.

'மகிழ்ச்சி என்பது எதில் இருக்கிறது என்பது இந்த வழியாகக் கூட மனிதர்களுக்குத் தெரியாமல் போகுமானால் அவர்களை அப்படியே விட்டுவிட வேண்டியதுதான், தாங்களாகவே துன்பப் பட்டு அவர்கள் அதைக் கற்றுக்கொள்ளட்டும்' என்று சொல்லி யபடி அவர்களை விட்டுவிட்டுச் சென்றார் கடவுள்.

தங்கள் போக்கில் தனித்து விடப்பட்ட மனிதர்கள், வாழ்க்கை என்பது மகிழ்ச்சியாக இருப்பதற்கே என்பதையோ அவ்வாறு இருப்பது தங்களால் முடியும் என்பதையோ அறியாமலேயே நெடுங்காலம் வாழ்ந்து கொண்டிருந்தனர்.

வேலை என்பது ஒரு சிலருக்கு எரிச்சலூட்டுவதாகவும், வேறு சிலருக்கு அடிமைத்தனமான கடும் உழைப்பாகவும் இருப்பது கூடாது என்பதையும், எல்லா மனிதர்களையும் ஒன்றிணைக்கும் வழியாக, எல்லோருக்கும் பொதுவான, மகிழ்ச்சியான ஒரு செயல் பாடாக அது இருக்க வேண்டும் என்பதை மிகவும் கால தாமத மாகவே ஒரு சில மனிதர்கள் புரிந்துகொள்ளத் தொடங்கினர்.

மரணம் என்பது எல்லோரையும் சாஸ்வதமாக மிரட்டிக் கொண்டிருப்பது என்பதால் ஒவ்வொருவருக்கும் விதிக்கப்பட்ட ஆண்டுகளை, மாதங்களை, மணித்துளிகளை ஒற்றுமையோடும் அன்போடும் செலவிட வேண்டும். அதுவே நியாயமானது என்பதை அவர்கள் காலம் தாழ்ந்து புரிந்துகொள்ள ஆரம்பித்தனர்.

நோய் என்பது மனிதர்களைப் பிரித்து வைக்க ஏற்பட்டதில்லை என்பதையும், அதற்கு நேர்மாறாக ஒருவரோடொருவர் அன்பான நல்லிணக்கத்துடன் கூடி வாழவே அது சந்தர்ப்பத்தை ஏற்படுத்தித் தருகிறது என்பதையும் அவர்கள் அண்மைக் காலத்திலேயே விளங்கிக்கொள்ளத் தொடங்கினர்.

○